ആപേക്ഷികതയുടെ ആശാൻ
ആൽബർട്ട് ഐൻസ്റ്റൈൻ

Nadakkavu, Kozhikode, Kerala
Tel:0495–4020666
www.insightpublica.com
e-mail: insightpublica@gmail.com

Aapekshikathayude Aasan
Albert Einstein
Author: **C M Rajan**
(Malayalam)
First Edition: February 2024
Copyright©Reserved
All rights reserved. No Part of this publication may be reproduced,
stored in a retrieval system, or transmitted, in any form, or by any means,
electronic, mechanical, photocopying, recording or otherwise,
without the prior permission of the publisher.
ISBN 978-93-5517-415-4
Printed and Published by
Insightinpublica Printers & Publishers Pvt. Ltd.

ലഘു ജീവചരിത്രം

ആപേക്ഷികതയുടെ ആശാൻ ആൽബർട്ട് ഐൻസ്റ്റൈൻ

സി. എം. രാജൻ

INSIGHT PUBLICA®

ജനനം: മെയ്, 1961, സ്ഥലം: ചന്തേര, കാസർഗോഡ് ജില്ല. വിദ്യാഭ്യാസം: പൂന സർവ്വകലാശാലയിൽനിന്നും ആംഗലേയ സാഹിത്യത്തിൽ ബിരുദാനന്തര ബിരുദം. ഹൈദരാബാദിലെ അന്തർദേശീയ വിദ്യാഭ്യാസ സ്ഥാപനമായ വിസു ഇന്റർനാഷണലിൽ ഇംഗ്ലീഷ് പരിശീലകനായി പ്രവർത്തിക്കുന്നു. പ്രണയവും മൂലധനവും എന്ന കൃതിയുടെ പരിഭാഷയ്ക്ക് സാഹിത്യ അക്കാദമി അവാർഡ് ലഭിച്ചു.

മറ്റ കൃതികൾ: അസംബന്ധ പ്രബന്ധങ്ങൾ, ചന്തേര.

സാത്താന്റെ സുവിശേഷം, വിടവാങ്ങൽക്കുത്ത്, യേശുക്രൂശിതനാകുന്നു, പ്രണയവും മൂലധനവും, എലിനോർ മാർക്സ് (പരിഭാഷകൾ).

email: rajan.cm@gmail.com

സി. എം. രാജൻ

വിശ്വം പുതുക്കിവാർത്ത വിസ്മയ മനീഷികൾ

നാളിതുവരെയുള്ള മനുഷ്യപ്പുരോഗതിയുടെ മർമ്മസ്ഥാനം ശാസ്ത്രീയമായ അന്വേഷണങ്ങളും കണ്ടെത്തലുകളും അതിൻഫലമായുള്ള സാങ്കേതികവിദ്യയുടെ നിർമ്മിതിയുമാണെന്ന കാര്യത്തിൽ അധികം തർക്കങ്ങൾ ഉണ്ടാവാൻ സാധ്യതയില്ല. സാധാരണ പ്രകൃതി ജീവികളിൽ നിന്ന് മാനവിക ഭാവങ്ങളിലേക്ക് മനുഷ്യകുലത്തെ പരിവർത്തിപ്പിച്ചത് മനുഷ്യരുടെ അന്വേഷണങ്ങളും കണ്ടെത്തലുകളും തന്നെയാണ്. ഗുഹാജീവിതത്തിൽ നിന്നും കുതിച്ചയർന്ന മനുഷ്യർ കൈയ്യെത്തിപ്പിടിച്ച നേട്ടങ്ങൾ ശാസ്ത്രജ്ഞാനം കൊളുത്തിവെച്ച വിജ്ഞാന വെളിച്ചമല്ലാതെ മറ്റെന്താണ്?

ശാസ്ത്രം കൊളുത്തിവെച്ച ജ്ഞാനത്തിന്റെ വെളിച്ചത്തെ ശാസ്ത്രജ്ഞരുടെ ജീവിതചിത്രണത്തിലൂടെ ആഖ്യാനം ചെയ്യുകയും ഓരോ ശാസ്ത്രജ്ഞരുടേയും ജീവിതത്തിന്റെ ഗതിവിഗതികളേയും കണ്ടെത്തലിനു പിന്നിലുള്ള കൗതുകകരമായ അനുഭവങ്ങളെയും ഈ പുസ്തകങ്ങൾ അനാവരണം ചെയ്യുന്നു.

പ്രതിഭാശാലികളായ ശാസ്ത്രജ്ഞരുടെ പ്രഭാപൂരമായ അന്വേഷണങ്ങളും കണ്ടെത്തലുകളും പുതുതലമുറകളിലേക്ക് കൂടി പകരുക എന്ന ലക്ഷ്യത്തോടെയാണ് ഈ ഉദ്യമത്തിന് ഞങ്ങൾ തയ്യാറായത്.

ഈ പുസ്തകം തയ്യാറാക്കിയത് സി. എം. രാജൻ ആണ്. അദ്ദേഹത്തിന് നന്ദി. അന്ധവിശ്വാസങ്ങളുടെ മൂടുപടം പതുക്കെ പതുക്കെ നമ്മുടെ നവോത്ഥാന മൂല്യങ്ങൾക്കും പുരോഗമനാത്മക ചിന്തകൾക്കും മേലെ മറവിരിക്കുമ്പോൾ ഈ പുസ്തകം ശാസ്ത്ര വിജ്ഞാനത്തിന്റെ ഒരു കൈത്തിരിയായിരിക്കും എന്നു ഞങ്ങൾ പ്രതീക്ഷിക്കുന്നു.

സുമേഷ് ഇൻസൈറ്റ്

കിറുക്കൻ പ്രഫസർ

ഈ ഫോട്ടോയിൽ കാണുന്ന ആൾ ആരാണെന്ന് പറയാതെ തന്നെ നിങ്ങൾക്ക് അറിയാമല്ലോ. അതേ, ഇതാണ് ആൽബർട്ട് ഐൻസ്റ്റൈൻ. 1879-മാർച്ച് 14-ന് തെക്കൻ ജർമ്മനിയിലെ ഉൾമ് (Ulm) എന്ന സമ്പന്നമായൊരു പട്ടണത്തി ലാണ് അദ്ദേഹത്തിന്റെ ജനനം. ഈ ഫോട്ടോ എടുത്തത് 1951 മാർച്ച് 14-നാണ്. അതായത്, അന്നേക്ക് അദ്ദേഹത്തിന് 72 വയസ്സാ യിരുന്നുവെന്ന് സാരം. അക്കാലത്ത് അദ്ദേഹം ന്യൂ ജേഴ്സിയിലെ പ്രിൻ സ്റ്റണിൽ ഇൻസ്റ്റിട്യൂട്ട് ഫോർ അഡ്വാൻസ്ഡ് സ്റ്റഡിയിൽ ജോലിചെ യ്യുകയായിരുന്നു. ഒരു ഗവേഷണകേന്ദ്രമായിരുന്ന ആ സ്ഥാപനം ആ ദിവസം അദ്ദേഹത്തിന്റെ പിറന്നാൾ ആഘോഷിച്ചപ്പോൾ എടുത്ത ഫോട്ടോയാണിത്.

ഐൻസ്റ്റൈനിന്റെ ജീവിതകഥയിലേക്കിറങ്ങുന്നതിന് മുമ്പ്, ഈ ഫോട്ടോയുടെ കഥ അറിയുന്നത് രസാവഹമായിരിക്കും. അദ്ദേഹത്തി ന്റെ സവിശേഷമായ വ്യക്തിത്വത്തിലേക്ക് ആ കഥ വെളിച്ചം വീശും. അതായത്, ഐൻസ്റ്റൈൻ എങ്ങനെയുള്ള ഒരു മനുഷ്യനായിരുന്ന വെന്ന് മനസ്സിലാക്കാൻ അതു നമ്മെ സഹായിക്കും.

എഴുപത്തിരണ്ടാം പിറന്നാൾ ആഘോഷിച്ചശേഷം ഐൻസ്റ്റൈൻ പുറത്തിറങ്ങുമ്പോൾ, പുറത്ത് പത്രലേഖകന്മാർ അദ്ദേഹത്തെ കാത്തു നിൽപ്പുണ്ടായിരുന്നു: ലോകരാഷ്ട്രീയസ്ഥിതിയെക്കുറിച്ച് ലോകമെങ്ങും ഖ്യാതിയുള്ള ഈ പ്രഫസറുടെ അഭിപ്രായമെന്തെന്ന്

ഡോ. ഫ്രാങ്ക് ഐഡലോട്ടിനും മേരിക്കുമൊപ്പം

അവർക്കറിയണം; ഒപ്പം, അദ്ദേഹത്തിന്റെ ഒരു പിറന്നാൾ ഫോട്ടോയും വേണം.

മാധ്യമങ്ങൾ തന്നെ പൊലിപ്പിക്കുന്നതിൽ ഐൻസ്റ്റെനിന് താല്പര്യമില്ലായിരുന്നു. കൂടാതെ, അഭിപ്രായങ്ങൾ പറഞ്ഞുപറഞ്ഞ് അദ്ദേഹത്തിന് മടുത്തിരിക്കുകയുമായിരുന്നു. പത്രക്കാരെ കണ്ടതും ഐൻസ്റ്റെനിന് അരിശമുണ്ടായി. പക്ഷേ, എന്തു ചെയ്യും? കാറിന്റെ പിൻസീറ്റിൽ ഡോ. ഫ്രാങ്ക് ഐഡലോട്ടിനും (Frank Aydelotte) അദ്ദേഹത്തിന്റെ ഭാര്യ മേരിക്കുമിടയിൽ ഞെരുങ്ങിയിരിക്കുകയായിരുന്ന ഐൻസ്റ്റെനിന് ക്യാമറക്കണ്ണുകളിൽനിന്ന് രക്ഷപ്പെടാനായില്ല. തള്ളിക്കയറിവരുന്ന പത്രലേഖകന്മാരോട് അദ്ദേഹം ഒച്ചവെച്ചു:

"ഇത് സഹിക്കാവുന്നതിലുമപ്പുറമാണ്."

"പ്രൊഫസറേ, പുഞ്ചിരിയോടെ ഒരു പിറന്നാൾഫോട്ടോ,"

ലേഖകരിലൊരാൾ അദ്ദേഹത്തോട് വിളിച്ചു കൂവി.

അരിശം മൂത്ത ഐൻസ്റ്റെൻ, നാട്ടുകാർ തന്നെപ്പറ്റി എന്തു പറയുമെന്ന് ഒരിക്കലും ചിന്തിക്കാത്ത അദ്ദേഹം, ഒരു നരി യെപ്പോലെ തന്റെ നാക്ക പുറത്തേക്ക് തള്ളിക്കാട്ടി. ആർതർ സാസ് (Arthur Sasse) എന്ന ഛായാഗ്രാഹകൻ ആ നിമിഷം അതു തന്റെ ക്യാമറയിൽ പകർത്തി. പ്രസ്തുത ചിത്രം ലോകമാകെ പ്രചരിപ്പിക്കപ്പെട്ടു. ആ ഫോട്ടോ അങ്ങനെ ഒരു ഐ

ആപേക്ഷികതയുടെ ആശാൻ

തിഹാസിക ജനപ്രിയ ചിത്രമായ് മാറി. ഷൂസിട്ടാലും സോക്സിടാൻ മറക്കുന്ന, മുടി കോതിവെക്കാത്ത, മറവിക്കാരൻ പ്രഫസർ, ലോകത്തിലെ വളരെ ചുരുക്കം ബുദ്ധിമാന്മാർക്കു മാത്രം മനസ്സിലാകുന്ന ആപേക്ഷികതാ സിദ്ധാന്തത്തിന്റെ ഉപജ്ഞാതാവ്, ജീവിച്ചിരിക്കേത്തന്നെ ഇതിഹാസമായിരുന്ന ആ വ്യക്തിത്വം, ആ ഫോട്ടോയില്ലൂടെ സാധാരണ മനസ്സുകളില്ലും ഒരു താരമായ് മാറി.

ഈ ഫോട്ടോയുടെ കഥയിലൊരു വഴിത്തിരിവുണ്ട്. അത് ഐൻസ്റ്റെനിന്റെ സ്വഭാവസവിശേഷത വെളിപ്പെടുത്തുന്ന താണ്. ഛായാഗ്രാഹകനല്ല ഫോട്ടോ വിശ്വവിഖ്യാതമാക്കിയത്; ഐൻസ്റ്റെൻ തന്നെയാണ്. ആദ്യത്തെ ഫോട്ടോയിൽ ഐഡലോട്ടം ഭാര്യ മേരിയുമുണ്ടായിരുന്നു. ഐൻസ്റ്റെൻ ഫോട്ടോയിൽനിന്ന് അവരെ വെട്ടിമാറ്റി; പിന്നീട്, അതിന്റെ നിരവധി പകർപ്പുകളെടുത്ത് തന്റെ സ്നേഹിതർക്കും സഹപ്രവർത്തകർക്കും അയച്ചുകൊടുത്തു. ചങ്ങാതിയായ യോഹന്നാ ഫൻറ്റോവയ്ക്ക് (Johanna Fantova) അദ്ദേഹമെഴുതി:

"എന്റെ രാഷ്ട്രീയ വീക്ഷണമാണ് ആ തള്ളിനിൽക്കുന്ന നാക്കിൽ നിങ്ങൾ കാണുന്നത്."

ആ ആദ്യഫോട്ടോ 2009-ൽ ഒരു ലേലത്തിലൂടെ വിൽക്കപ്പെട്ടു. വില, $74,324. ആ മഹാപ്രതിഭയുടെ ഏറ്റവും വിലപിടിപ്പുള്ള ഫോട്ടോ.

ഒരു യഹൂദനായിരുന്ന ഐൻസ്റ്റെൻ നാസിജർമ്മനിയിൽനിന്ന് പലായനം ചെയ്ത് അമേരിക്കയിലെത്തിയ ആളാണ്. അതുകൊണ്ടു തന്നെ, വേട്ടയാടപ്പെടുന്നതിന്റെ വിഷമമെന്തെന്ന് അദ്ദേഹത്തിന് നന്നായി അറിയാമായിരുന്നു. ശീതയുദ്ധകാലത്ത് (രണ്ടാം ലോകമഹായുദ്ധത്തിനു പിന്നാലെ അമേരിക്കയ്ക്കും സോവിയറ്റ് യൂണിയനുമിടയിൽ നിലനിന്നിരുന്ന വിരോധവിദ്വേഷകാലത്തെ ജോർജ്ഓർവെൽ എന്ന എഴുത്തുകാരൻ ശീതയുദ്ധകാലമെന്നാണ് വിളിച്ചിരുന്നത്) അമേരിക്കയിലും ബുദ്ധിജീവികളും, കലാകാരന്മാരും, രാഷ്ട്രീയക്കാരും, ദേശദ്രോഹികളെന്ന് മുദ്രചാർത്തപ്പെട്ട്, വേട്ടയാടപ്പെട്ടിരുന്നു. അതൊന്നും ഐൻസ്റ്റെൻ മാപ്പാക്കിയിരുന്നില്ല; ക്ഷമിച്ചിരുന്നില്ല. മനുഷ്യരുടെ ഇത്തരം മണ്ടത്തരങ്ങളെപ്പറ്റി ഐൻസ്റ്റെനിന് ഒരു പാട് പറയാനുണ്ടായിരുന്നു. ഒരുദാഹരണമിതാ:

ആൽബർട്ട് ഐൻസ്റ്റെൻ   9

"മണ്ടന്മാർ ഭരിക്കുന്നത് തടയാനാവില്ല; കാരണം, അവർക്കാണ് ഭൂരിപക്ഷം. അവരുടെ അഭിപ്രായങ്ങളും നമ്മുടെ അഭിപ്രായങ്ങളെപ്പോലെ പരിഗണിക്കപ്പെടേണ്ടതുണ്ടല്ലോ."

ഇതാ, മറ്റൊരുദാഹരണം:

"അന്തമില്ലാത്ത രണ്ട് കാര്യങ്ങളാണുള്ളത്: ഒന്ന്, ഈ പ്രപഞ്ചം; രണ്ട്: മനുഷ്യന്റെ മണ്ടത്തരം. ഇതിൽ പ്രപഞ്ചത്തിന്റെ കാര്യത്തിൽ, പക്ഷേ, എനിക്ക് സംശയമുണ്ട്."

മനുഷ്യന്റെ മണ്ടത്തരത്തെ പ്രതിഭകൊണ്ട് നേരിട്ടയാളാണ് ഐൻസ്റ്റൈൻ.

1951-ലെടുത്ത നാവുനീട്ടുന്ന അദ്ദേഹത്തിന്റെ ആ ഫോട്ടോ ഇന്ന് പലയിടത്തും കാണാം- പോസ്റ്ററുകളിൽ, ടീഷർട്ടുകളിൽ, ഗ്രീറ്റിങ് കാർഡുകളിൽ, കാപ്പിക്കോപ്പുകളിൽ, ചുമരുകളിൽ, എവിടെയും.

ആപേക്ഷികതയുടെ ആശാൻ

ഉറക്കം തൂങ്ങി

63ഒരു കുട്ടിയാണിങ്ങനെ നാക്കുനീട്ടി ആളുകളെ വിരട്ടുന്നതെങ്കിൽ നാം ആ കുട്ടിയെ എന്തു വിളിക്കും? ഒരു പക്ഷേ, കുസൃതിയെന്ന് വിളിക്കുമായിരിക്കും; അല്ലെങ്കിൽ, കുറുമ്പനെന്നോ, കുറുമ്പിയെന്നോ വിളിക്കുമായിരിക്കും. പക്ഷേ, ഐൻസ്റ്റൈൻ ഒരു കുട്ടിയല്ലല്ലോ; നോബൽ സമ്മാനമൊക്കെ കിട്ടിയ വലിയൊരു മനുഷ്യനല്ലേ? വലിയൊരാൾ ഇങ്ങനെ പെരുമാറുമ്പോൾ പലരും അയാളെ 'കിറുക്കൻ' എന്ന് വിളിക്കും; അതല്ലെങ്കിൽ, താന്തോന്നിയെന്നോ (തനിക്കു തോന്നിയതുപോലെ ചെയ്യുന്ന ഒരാൾ) തോന്ന്യവാസി യെന്നോ (തനിക്കു തോന്നിയതുപോലെ വ്യവഹരിക്കുന്ന ഒരാൾ) വിളിച്ചേക്കും.

ആരെയാണ് സാധാരണ ജനം കിറുക്കനെന്ന് വിളിക്കാറുള്ളത്? നോക്കൂ, സമൂഹത്തിൽ നമ്മൾ എങ്ങനെ പെരുമാറണമെന്ന് നിർ ദ്ദേശിക്കുന്ന ഒരു ചട്ടമുണ്ട്; പെരുമാറ്റച്ചട്ടം. ആ ചട്ടത്തിന്റെ ചിട്ടവ ട്ടങ്ങൾക്കനുസരിച്ച് പെരുമാറുന്നവരാണ് നമ്മളിൽ ഭൂരിപക്ഷവും. അങ്ങനെയുള്ളവരെ നമ്മൾ 'സാധാരണ' മനുഷ്യർ എന്നു വിളിക്കും. പക്ഷേ, ചിലരൊക്കെ, പല കാരണങ്ങളാൽ, ഈ ചട്ടമനുസരി ക്കാത്തവരാണ്. അവർ എങ്ങനെ പെരുമാറുമെന്ന് പ്രവചിക്കുക പ്രയാസമാണ്. അവരെ സാധാരണ മനുഷ്യർ 'കിറുക്കന്മാർ' എന്നു വിളിക്കും. അതായത്, അവരുടെ പെരുമാറ്റങ്ങൾ സമൂഹം സാധാര ണമെന്നു പറയുന്ന രീതിയിലുള്ളതല്ലെന്ന് സാരം. അവർ അസാധാ രണന്മാരാണ്. ഐൻസ്റ്റൈൻ അത്തരത്തിലുള്ള ഒരു അസാധാരണ

മൂന്ന് വയസ്സുള്ള ആൽബർട്ട്

വ്യക്തിയായിരുന്നു. അദ്ദേഹം എപ്പോൾ എന്തു ചെയ്യുമെന്ന് ആർക്കും പ്രതീക്ഷിക്കാൻ കഴിഞ്ഞിരുന്നില്ല; കുട്ടിക്കാലം മുതൽക്കേ.

കുട്ടിക്കാലം ഐൻസ്റ്റൈൻ ചെലവഴിച്ചത് മ്യൂണിക്കിലാണ് (Munich); അവിടെയാണ് ബാല്യകാലത്ത് പഠിച്ചതും. പക്ഷേ, അദ്ദേഹം ജനിച്ചത്, പറഞ്ഞല്ലോ, 1879-മാർച്ച് പതിനാല് ഒരു വെള്ളിയാഴ്ച തെക്കൻ ജർമ്മനിയിലെ ഡാന്യൂബ് നദിക്കരയിലെ ഉൾമിലാണ്. അച്ഛന്റെ പേർ ഹെർമൻ (Hermann Einstein); അമ്മ പോളിൻ (Pauline née Koch). അച്ഛന് ജോലി മെത്തവ്യാപാ രമായിരുന്നു. കച്ചവടം പൊട്ടിയപ്പോൾ അദ്ദേഹം കുടുംബസമേതം മ്യൂണിക്കിലേക്ക് താമസം മാറ്റി; അവിടെ വൈദ്യുതസാമഗ്രികൾ വിൽക്കുന്ന ഒരു കമ്പനിയിൽ ജോലിക്കാരനായി. അന്ന് ആൽബർ ട്ടിന് വയസ്സ് ഒന്ന്.

ഐൻസ്റ്റൈനിന്റെ മാതാപിതാക്കൾ, ഹെർമനും പോളിനും യഹൂദ പരമ്പരയിൽപ്പെട്ടവരായിരുന്നു. രണ്ടു പേരും ബുദ്ധിശാലികൾ; അഭ്യസ്തവിദ്യർ. നല്ല വാക്സാമർത്ഥ്യമുണ്ടായിരുന്ന അമ്മയ്ക്ക് ചങ്ങാതി മാരെയുണ്ടാക്കാൻ എളുപ്പത്തിൽ കഴിയുമായിരുന്നു. അച്ഛൻ, പക്ഷേ, അടങ്ങിയൊതുങ്ങിക്കഴിയുന്ന ആളായിരുന്നു. ഗണിതശാസ്ത്രത്തിൽ പ്രാവീണ്യമുണ്ടായിരുന്ന അദ്ദേഹത്തിന് സർവ്വകലാശാലയിൽ

   ആപേക്ഷികതയുടെ ആശാൻ

പോളിൻ- ആൽബർട്ടിന്റെ അമ്മ

ചേർന്നു പഠിക്കാനുള്ള ഭാഗ്യമുണ്ടായില്ല. അതിനുള്ള പണമില്ലായിരു ന്നുവെന്നതാണ് വാസ്തവം. അമ്മയ്ക്ക് കമ്പം സംഗീതത്തിലായിരുന്നു. അവർ മനോഹരമായി പിയാനോ വായിക്കുമായിരുന്നു.

ആൽബർട്ട് ഇവരുടെ ആദ്യശിശുവായിരുന്നു. ശിശുവായിരുന്ന കാലത്തേ ആൽബർട്ടിനെക്കുറിച്ച് അവർക്ക് ആധിയുണ്ടായി. ആൽബർട്ടിന്റെ തലയുടെ ആകൃതി കണ്ട് പോളിൻ ആശങ്കപ്പെ ടുകയുണ്ടായി. കുട്ടി ബുദ്ധിമാന്ദ്യമുള്ളവനാണോ എന്നായിരുന്ന ആശങ്ക. ആൽബർട്ട് സംസാരിക്കാൻ വൈകിയതും അതിനൊരു കാരണമായി. എന്തുകൊണ്ടാണീ കുട്ടി സംസാരിക്കാത്തത്? ഇവനെ ന്തെങ്കിലും കുഴപ്പമുണ്ടോ?

താൻ ശിശുവായിരുന്ന കാലത്തെക്കുറിച്ച് ഐൻസ്റ്റെനിന് നല്ല ഓർമ്മയുണ്ട്. സംസാരിക്കാൻ തനിക്ക് പ്രയാസമുണ്ടെ ന്ന് കണ്ട അച്ഛനുമമ്മയും തന്നെ ഒരു ഡോക്ടറെ കാണിച്ചത് ഐൻസ്റ്റെൻ ഓർക്കുന്നു. സംസാരിച്ചാൽത്തന്നെ ആ സംസാരം തന്നോടുതന്നെ പലതവണ ആവർത്തിക്കുന്ന സ്വഭാവവും ആൽബർട്ടിനുണ്ടായിരുന്നു. വാസ്തവത്തിൽ, താൻ ഒരു വാചകം പൂർണ്ണമായും സംസാരിക്കാൻ വേണ്ടിയുള്ള തയ്യാറെടുപ്പിലായിരു ന്നുവെന്നാണ് ഐൻസ്റ്റെൻ പറയുന്നത്. എന്തായാലും, ഈ സം

ആൽബർട്ടും സഹോദരിയും

സാര "വൈകല്യം" കൊണ്ട് അദ്ദേഹത്തിനൊരു പേരു വീണു. ഡെർ ഡെപ്പർടെ (Der Depperte)- ഉറക്കം തൂങ്ങി.

ആൽബർട്ടിന് രണ്ടു വയസ്സുള്ളപ്പോഴാണ് അവന്റെ മാതാപിതാക്കൾക്ക് രണ്ടാമത്തെ കുട്ടി ജനിച്ചത്. അ തൊരു പെൺകുട്ടിയായിരുന്നു: മായ(Maja). ഒരു കുട്ടി പിറക്കാ നിരിക്കുന്നുവെന്ന് അച്ഛനുമമ്മയും ആൽബർട്ടിനെ നേരത്തെ ധരിപ്പിച്ചിരുന്നു. കളിക്കാൻ ഒരു കുഞ്ഞു വരുന്നുണ്ടെന്നാണ് അവർ ആൽബർട്ടിനോട് പറഞ്ഞത്. കുഞ്ഞ് ഒരു കളിപ്പാട്ടമാണെന്ന് അവൻ ധരിച്ചവശായി. 1881-ൽ കുഞ്ഞനിയത്തി മായ പിറന്നപ്പോൾ അവനവളെ നോക്കി ചോദിച്ചു:

"ശരി; പക്ഷേ, ഇതിന്റെ ചക്രങ്ങളെവിടെ?"

സംസാരിക്കാൻ പ്രയാസമുള്ള കൊച്ച ആൽബർട്ട് അങ്ങനെ ഒരു വാചകം പൂർണ്ണമായും പറഞ്ഞു.

കൊച്ചനിയത്തി മായ എന്ന മാരിയ, പിന്നീട്, ആൽബർട്ടിന്റെ ഉറ്റചങ്ങാതിയായ് മാറി.

ഐൻസ്റ്റൈൻ കുടുംബത്തിലെ ഊഷ്മളത സ്വാഭാവികമായും

     ആപേക്ഷികതയുടെ ആശാൻ

ഹെർമൻ- ആൽബർട്ടിന്റെ അച്ഛൻ

ആൽബർട്ടിലേക്കും പകർന്നുകയുണ്ടായി. ആയുഷ്കാലം മുഴുവൻ ആ ഊഷ്മളത ആൽബർട്ടിൽ മങ്ങാതെ നിലനിൽക്കുകയും ചെയ്തു. മുതിർ ന്നപ്പോൾ അത് ഐൻസ്റ്റൈന്റെ കണ്ണുകളിൽ പ്രകടമാകുന്നത് നമുക്ക കാണാം. ലോകമെമ്പാടും അദ്ദേഹത്തിന് സുഹൃത്തുക്കളു ണ്ടായി. അവരുമായ് അദ്ദേഹം തന്റെ ചിന്തകളും ആശയങ്ങളും പങ്കുവെക്കുമായിരുന്നു. മിത്രഭാവം വളരെയേറെയുള്ളൊരു മനസ്സാ യിരുന്നു അദ്ദേഹത്തിന്റേത്. ഐൻസ്റ്റൈന്റെ ഇന്നു നിലവിലുള്ള ചിത്രങ്ങളിൽ മിക്കതിലും അദ്ദേഹം വിശാലമായ് പുഞ്ചിരിച്ചുകൊ ണ്ടാണ് പ്രത്യക്ഷപ്പെടുന്നതെന്നത് നമ്മിൽ അത്ഭുതമുണ്ടാക്കേണ്ട കാര്യമില്ല.

ഇതൊക്കെ ആൽബർട്ട് വളർന്ന് ഐൻസ്റ്റൈൻ ആയി മാറിയപ്പോഴുള്ള കാര്യമാണ്. കുട്ടിക്കാലത്ത് അദ്ദേഹം, പക്ഷേ, ഒരു 'സാധാരണ' ബാലനായിരുന്നില്ല. "ഉറക്കം തൂങ്ങി"യെന്ന് മറ്റുള്ളവർ കളിയാക്കിയിരുന്ന ആൽബർട്ട് പഠിക്കുന്ന കാര്യത്തിൽ ഒരു മെല്ലെപ്പോക്കുകാരനായിരുന്നു. അദ്ധ്യാപകരെ അവൻ അനു സരിക്കുമായിരുന്നില്ല. അധികാരസ്ഥാനങ്ങളിലുള്ളവരോട് ഒരു നിഷേധിയെപ്പോലെയാണ് അവൻ പെരുമാറിയത്. ആരെയും വകവെക്കാത്തവൻ; കൂസലില്ലാത്തവൻ. ബുദ്ധിയേറെയുള്ള ഒരു

കുട്ടി ആ ബുദ്ധിസാമർത്ഥ്യം പ്രകടിപ്പിക്കാൻ പറ്റാത്തതിന്റെ പേരിൽ നിരാശകൊണ്ട് പ്രതിഷേധിച്ച് നിഷേധിയായിത്തീർന്നതാകാം. ആൽബർട്ടിന്റെ ആദ്യത്തെ പാഠശാല ഒരു കത്തോലിക്കാ സ്കൂൾ ആയിരുന്നു; അവിടത്തെ അദ്ധ്യാപകർ കഴപ്പക്കാരല്ലായിരുന്നു; പക്ഷേ, വിദ്യാർത്ഥികൾ ആൽബർട്ടിന് പ്രയാസങ്ങളുണ്ടാക്കി. അവനൊരു യഹൂദനായതിനാൽ മറ്റ കുട്ടികൾ അവനെ കളിയാക്കി. മെല്ലെ മെല്ലെ, അവൻ സ്കൂളിൽ മികവ കാട്ടിത്തുടങ്ങി. ചിലരൊക്കെ പറയുന്നതുപോലെ, ഐൻസ്റ്റൈൻ കണക്കിൽ അത്ര മോശമൊ ന്നുമായിരുന്നില്ല. വാസ്തവത്തിൽ, കണക്കിൽ ആൽബർട്ട് ക്ലാസ്സിൽ പലപ്പോഴും ഒന്നാമനായിരുന്നു.

"ഉറക്കം തൂങ്ങി" എന്ന പേരൊക്കെ ഉണ്ടായിരുന്നുവെങ്കിലും ആൽബർട്ട് ആരോഗ്യവാനായിരുന്നു. ആരോഗ്യദൃഢഗാത്രൻ എന്നൊക്കെ നമ്മൾ പറയാറില്ലേ? അതുപോലെയുള്ള ശരീ രത്തിനുടമ. എങ്കിലും, കായിക കളികളിലൊന്നും, നമ്മൾ കായികവിനോദങ്ങളെന്നു പറയുന്നതിലൊന്നും, അവൻ താൽപ്പര്യം കാണിച്ചിരുന്നില്ല. അത്തരം കളികൾ തനിക്ക് ക്ഷീണമുണ്ടാക്കുന്നുവെന്നാണ് അവൻ പറഞ്ഞത്; തലകറക്കം വരുമെന്നും. മുതിർന്നപ്പോൾ ധാരാളം ചങ്ങാതിമാരെ സമ്പാ ദിച്ച ഐൻസ്റ്റൈനിന് കുട്ടിക്കാലത്ത് കൂട്ടുകാരില്ലായിരുന്നുവെന്ന തന്നെ പറയാം. ഒരേകാകിയായ കുട്ടി. സംഗീതത്തോടായിരുന്നു അവനു സ്നേഹം; പുസ്തകങ്ങളോട്ടും. വായിക്കുന്ന പുസ്തകങ്ങളാകട്ടെ, ഗൗരവമുള്ള വിഷയങ്ങളെക്കുറിച്ചുള്ളതും. ഐൻസ്റ്റൈൻകുടുംബ ത്തിൽ വിരുന്നുവരാറുള്ളവർ പറയും:

"ഈ കുട്ടി ലാഘവമുള്ളതൊന്നും വായിക്കാറില്ലേ?"

ഈ ഗൗരവക്കാരൻ കുട്ടി, സ്കൂളിൽ നിഷേധിയെങ്കിലും, വീട്ടിൽ ക്ഷമയുള്ളവനായിരുന്നു; മണിക്കൂറുകളോളം ചെലവഴിച്ച് അവൻ ചീട്ടുകൾ കൊണ്ട് കൊട്ടാരങ്ങൾ പടുക്കുമായിരുന്നു.

ക്ഷമയുള്ളവനെങ്കിലും, ആൽബർട്ടിന് ശുണ്ഠിയുമുണ്ടായിരുന്നു; ചിലപ്പോഴൊക്കെ മൂക്കിൻതുമ്പത്തു തന്നെ. വീട്ടിൽ അവനെ പഠിപ്പി ക്കാനൊരു അദ്ധ്യാപിക വരുമായിരുന്നു. ഒരിക്കൽ അവൻ അവർക്കു നേരെ കസേര വലിച്ചെറിഞ്ഞു. അതോടെ ആ അദ്ധ്യാപിക അവനെ

 ആപേക്ഷികതയുടെ ആശാൻ

ഐൻസ്റ്റൈനും ഒളിമ്പിയാ അക്കാദമിയിലെ സുഹൃത്തുക്കളും

പഠിപ്പിക്കുന്നത് മതിയാക്കി. വളരുംതോറും ഈ ശ്രുതി നിയന്ത്രി
ക്കാൻ ആൽബർട്ട് പഠിച്ചുവെങ്കിലും, പിടിവാശി പിടിവിട്ടില്ല. മുതിർ
ന്നപ്പോൾ, ഈ പിടിവാശിയും ധാർഷ്ട്യവുമൊക്കെ അവനു തന്റെ
ജോലിയിലും മറ്റുള്ളവരെ സഹായിക്കുന്നതിലും സഹായകമായി.
നിഷേധാത്മകവികാരങ്ങൾക്കും ക്രിയാത്മകപരിണാമങ്ങളുണ്ടാകു
മെന്ന് ഇതിൽനിന്ന് നമുക്ക് മനസ്സിലാക്കാമല്ലോ.

വാക്കുകളിലൂടെ ചിന്തിക്കാനായിരുന്നില്ല ആൽബർട്ടിനിഷ്ടം;
ചിത്രങ്ങളിലൂടെ ചിന്തിക്കാനായിരുന്ന - അതും, മറ്റുകുട്ടികളിൽനിന്ന്
വിഭിന്നമായ രീതിയിൽ. ഒരു ഞായറാഴ്ച, ആൽബർട്ടിന്റെ അച്ഛനമ്മ
യും അവനെയൊരു മിലിട്ടറി പരേഡ് കാണിക്കാൻ കൊണ്ടുപോയി.
തകിലടിയും, കുഴൽവിളിയും, വെടിപ്പായ ഉടുപ്പിട്ട പട്ടാളക്കാർ അച്ച
ടക്കത്തോടെ അടിവെക്കുന്നതുമൊക്കെ അവനിഷ്ടപ്പെട്ടുമെന്നാണ്
ആ പാവങ്ങൾ കരുതിയത്. പക്ഷേ, കാഴ്ച കണ്ടതും ആൽബർട്ട്
കരയുകയാണുണ്ടായത്. അച്ഛനമ്മയും വിരണ്ടുപോയി. വീട്ടിൽ
മടങ്ങിയെത്തിപ്പോൾ ആൽബർട്ട് കാര്യം തുറന്നു പറഞ്ഞു:

"ഒരുപാട് പട്ടാളക്കാർ നിരന്നങ്ങനെ നീങ്ങുന്നതു കണ്ടപ്പോൾ
ഭീമാകാരമായൊരു ഭീകരയന്ത്രം മുന്നോട്ടുവരുന്നതുപോലെ തോന്നി
പേടിച്ചുപോയി."

താൻ ആദ്യമായ്ക്കണ്ട സംഘടിതസൈനികശക്തിയുടെ ഈ
പ്രകടനം മനസ്സിൽ ജനിപ്പിച്ച ജുഗുപ്സയും ഭയവും ഐൻസ്റ്റൈൻ
ജീവിതത്തിലൊരിക്കലും മറന്നില്ല.

വടക്കുനോക്കി യന്ത്രം

ആൽബർട്ടിന്റെ അച്ഛനമ്മമയും നല്ല കഴിവുകളുള്ള ദമ്പതികളായിരുന്നു. ബുദ്ധിമതിയും ചുറുചുറുക്കുള്ളവളുമായിരുന്ന പോളിൻ പിയാനോ വായിക്കുന്നതിൽ പ്രാവീണ്യമുള്ളവളായിരുന്നുവെന്ന് പറഞ്ഞല്ലോ. പാണ്ഡിത്യത്തെ ഏറെ ആദരിച്ചിരുന്ന അവർ ആൽബർട്ടിനേയും മായയേയും നല്ലവണ്ണം പഠിക്കാൻ പ്രോത്സാഹിപ്പിച്ചു. അമ്മയാണ് ആൽബർട്ടിനെ സംഗീതം ആസ്വദിക്കാൻ പഠിപ്പിച്ചത്. സംഗീതം, പിന്നീട്, ഐൻസ്റ്റൈന്റെ ജീവിതത്തിൽ വിശ്രമവേളകളിലെ ഇഷ്ടവിനോദമായ് മാറി. തുടക്കത്തിൽ, പക്ഷേ, സംഗീതം ആൽബർട്ടിനെ അത്ര ആകർഷിച്ചിരുന്നില്ല. സംഭവം കർക്കശമായ ചിട്ടയുള്ളതായിട്ടാണ് അവന് അനുഭവപ്പെട്ടത്. അങ്ങനെയിരിക്കേ, ഒരിക്കൽ അവൻ മൊസാർട്ടിന്റെ (Mozart) സംഗീതം കേൾക്കാനിടയായി. അതോടെ അവന്റെ ലോകം മറ്റൊന്നായ് മാറി. അവൻ സംഗീതം ആസ്വദിക്കുക മാത്രമല്ല, സംഗീതം പരിശീലിക്ക കൂടി ചെയ്തു. ഇഷ്ടമുള്ളത് പരിശീലിക്കാൻ നമുക്കെല്ലാവർക്കും ഉത്സാഹമാണല്ലോ. വയലിൻ വായിക്കുന്നതിൽ നൈപുണ്യം നേടിയ ആൽബർട്ട് അമ്മയോടൊപ്പം യുഗ്മഗീതങ്ങൾ വായിച്ചു. പിൽക്കാലജീവിതത്തിൽ എപ്പോഴെങ്കിലുമൊരു ശാസ്ത്രപരികൽപ്പന തന്നെ അലട്ടിയാൽ, ഐൻസ്റ്റൈൻ സംഗീതത്തിൽ അഭയം തേടുമായിരുന്നു. ഇടക്കൊക്കെ നട്ടപ്പാതിരക്ക് ഐൻസ്റ്റൈൻ വയലിൻ വായിക്കുന്നതു കേൾക്കാം; പൊട്ടന്നനെ അതു നിർത്തി, "കിട്ടിപ്പോയ്" എന്നു പറഞ്ഞ് ആർക്കിമിഡിസിനെപ്പോലെ കുവിയാർക്കുന്നതും

   ആപേക്ഷികതയുടെ ആശാൻ

കേൾക്കാം. മൂപ്പരുടെ മനസ്സിലേക്ക് ഏതോ ഒരു പ്രശ്നത്തിനുള്ള പരിഹാരം കയറിവന്നുവെന്ന്, അപ്പോൾ, ആളുകൾക്ക് മനസ്സിലാകും.

"ഞാനൊരു ഭൗതികശാസ്ത്രജ്ഞൻ അല്ലായിരുന്നുവെങ്കിൽ, ഒരു സംഗീതജ്ഞൻ ആയേനെ," ഐൻസ്റ്റൈൻ പറയാറുണ്ടായിരുന്നു. "ഞാൻ ചിലപ്പോഴൊക്കെ സംഗീതത്തിലാണ് ചിന്തിക്കാറുള്ളത്; എന്റെ ദിവാസ്വപ്നങ്ങളിലെപ്പോഴും സംഗീതമാണ്. സംഗീതാത്മക മായാണ് ഞാൻ എന്റെ ജീവിതത്തെ വിഭാവനം ചെയ്യാറുള്ളത്."

ഇനി ആൽബർട്ടിന്റെ അച്ഛന്റെ കാര്യം. ഹെർമൻ ഐൻസ്റ്റൈൻ സ്വദേശത്ത്, അതായത്, ഉൾമിൽ, തൂവൽക്കിടക്കകളുടെ വ്യാ പാരത്തിൽ വ്യാപൃതനായിരുന്നു. അദ്ദേഹത്തിന്റെ സഹോദരൻ യാക്കോബ് (Jakob) വ്യാപാരത്തിൽ പങ്കാളിയായിരുന്നു. വ്യാപാരം പച്ചപിടിക്കാതെ പോയപ്പോൾ ഈ സഹോദരന്മാർ തങ്ങളുടെ കുടുംബങ്ങളോടുകൂടി മ്യൂണിക്കിലേക്ക് കുടിയേറി. അവിടെ ഹെർമനും യാക്കോബും ഒരു ഫാക്ടറി സ്ഥാപിച്ചു. ആൽബർട്ടിന്റെ അച്ഛനും അച്ഛന്റെ സഹോദരനും ഗണിതത്തിലും ശാസ്ത്രത്തിലും മികച്ച കഴി വുകളുള്ളവരായിരുന്നു. അതിനാൽ, ആൽബർട്ട് ഈ വിഷയങ്ങളിൽ തൽപരനാണെന്ന് മനസ്സിലാക്കിയപ്പോൾ അവർക്ക് അതിയായ സന്തോഷമുണ്ടായി. ഒരിക്കൽ ആൽബർട്ട് പനിപിടിച്ച് കിടപ്പിലായി. അന്ന് അവനൊരു അഞ്ചു വയസ്സായിക്കാണും. കിടക്ക വിടാതിരുന്ന കുട്ടിക്ക് അച്ഛനൊരു വടക്കുനോക്കിയന്ത്രം സമ്മാനിച്ചു. ഇംഗ്ലീഷിൽ ഈ യന്ത്രത്തിന് കമ്പസ് (compass) എന്നു പറയും (ചിലരൊക്കെ കോമ്പസ് എന്നും തെറ്റായി പറയാറുണ്ട്). കമ്പസ്സുംകൊണ്ട് ലോകം ചുറ്റാനിറങ്ങി അബദ്ധത്തിൽ അമേരിക്ക കണ്ടുപിടിച്ച കൊളംബസ്സി നെക്കുറിച്ച് കേട്ടിട്ടില്ലേ? ആൽബർട്ടും തനിക്ക കിട്ടിയ കമ്പസ്സുകൊണ്ട് ഭാവനാലോകം ചുറ്റി. വടക്കുനോക്കിയന്ത്രം അവന്റെ ജീവിതത്തിലെ ഒരു വഴിത്തിരിവായി.

യന്ത്രത്തിനകത്തെ ആർക്കും പിടികൊടുക്കാതെ ഏകാന്തമായിരി ക്കുന്ന സൂചി അദൃശ്യമായ ഒരു ത്വരയോടെ വടക്കോട്ടുമാത്രം നോക്കി യിരിക്കും. ആവേശംകൊണ്ട് താൻ "കുളിരുകോരിപ്പോയി" എന്നാണ് ഐൻസ്റ്റൈൻ പിന്നീട് പറഞ്ഞത്. ഏതൊരു രഹസ്യശക്തിയാണ് ഈ സൂചിയെ വടക്കോട്ടുതന്നെ തിരിയാൻ പ്രേരിപ്പിക്കുന്നത്?

പതിനാല് വയസ്സുള്ള ആൽബർട്ട്

അഞ്ചു വയസ്സുള്ള ആ കുട്ടി അന്നേ ഒരു കാര്യം ഗ്രഹിച്ചു: ഏതൊരു വസ്തുവിനും പിറകിൽ എന്തോ ഒന്ന് ഒളിഞ്ഞിരിപ്പുണ്ട്.

വെർജീനിയ വുൾഫ് തന്നെ എഴുത്തുകാരിയാക്കിയ ഉൾക്കാഴ്ചക ളെക്കുറിച്ച് (ആത്മാവിന്റെ നിമിഷങ്ങൾ-Moments of Being- എന്ന കുറിപ്പുകളിൽ) ഇങ്ങനെ പറയുന്നുണ്ട്:

"ലോകം മുഴുവൻ ഒരു കലാരൂപമാണ്. ഷേക്സ്പിയറല്ല- ബിഥോ വനല്ല- ദൈവം പോല്യമല്ല, നമ്മളാണ് വാക്കുകൾ; നമ്മളാണ് സംഗീതം; നമ്മൾതന്നെയാണ് ശരിക്കുമുള്ള സംഗതി."

ഇതേ വിസ്മയമാണ് അഞ്ചുവയസ്സുള്ള ആൽബർട്ടിന് വടക്കുനോ ക്കിയന്ത്രം കണ്ടപ്പോഴുണ്ടായത്. അതേക്കുറിച്ച് ഐൻസ്റ്റൈൻ തന്റെ ആത്മകഥാക്കുറിപ്പുകളിൽ പറയുന്നു:

"നമ്മുടെ ചിന്തകൾ പലപ്പോഴും വാക്കുകളുടെ ഉപയോഗമില്ലാതെ, ഒരളവോളം അബോധമായാണ് ഉടലെടുക്കുന്നത്. അതല്ലെങ്കിൽ, ചില അനുഭവങ്ങളുണ്ടാകുമ്പോൾ നാം അറിയാതെ "വിസ്മയപ്പെട്ട നതെന്തിനാണ്?" നമ്മളിലുറച്ചുപോയിരിക്കുന്ന ആശയങ്ങളുടെ (ചിന്തകളുടെ) ലോകവുമായ് പൊരുത്തപ്പെടാത്ത ഒരനുഭവമുണ്ടാ കുമ്പോഴാണ് നമ്മൾ വിസ്മയപ്പെട്ടുപോകുന്നത്. നാലോ അഞ്ചോ വയസ്സുള്ളപ്പോൾ അച്ഛനെനിക്കു സമ്മാനിച്ച വടക്കുനോക്കിയന്ത്രം കണ്ടപ്പോൾ എനിക്കിങ്ങനെയൊരു വിസ്മയമുണ്ടായി. ആ സൂചിയുടെ

    ആപേക്ഷികതയുടെ ആശാൻ

വടക്കുനോക്കിയന്ത്രം (compass)

പിടിവാശിയോടെയുള്ള പെരുമാറ്റം എന്റെ അതുവരെയുള്ള അബോ ധധാരണകളുമായ് പൊരുത്തപ്പെട്ടില്ല. എന്നിലത് ആഴത്തിലുള്ള മായാത്തൊരു മുദ്ര പതിപ്പിച്ചു. വസ്തുക്കൾക്കു പിറകിൽ എന്തോ ആഴത്തിൽ മറഞ്ഞിരിപ്പുണ്ടാകണം."

കുറച്ച വർഷങ്ങൾക്കു ശേഷം, അക്കങ്ങളുടെ കാര്യത്തിലും ഇതു പോലൊരു വിസ്മയം ആൽബർട്ടിന് അനുഭവപ്പെട്ടു. അമ്മാവൻ യാക്കോബ് അവന് ഗണിതപ്രശ്നങ്ങൾ അയച്ചുകൊടുക്കുമായിരുന്നു. അവയ്ക്കുള്ള ഉത്തരം കിട്ടിക്കഴിഞ്ഞാൽ ആൽബർട്ടിന് ആഹ്ലാദവും, സംതൃപ്തിയും, അഭിമാനവും മാത്രമല്ല അനുഭവപ്പെട്ടിരുന്നത്. അക്ക ങ്ങൾക്കു പിറകിൽ മനോഹരവും ചിട്ടയുള്ളതുമായ ഒരു വ്യവസ്ഥയു ണ്ടെന്ന് അവന് തോന്നുമായിരുന്നു. ആ തോന്നലാകട്ടെ, അവനിൽ ആഴമേറിയ ആനന്ദമുണ്ടാക്കും; ഗണിതശാസ്ത്രത്തെക്കുറിച്ച് കൂടുതല റിയാൻ അവനെ ഉത്തേജിപ്പിക്കും.

ഇതുപോലെതന്നെ, ശാസ്ത്രവും അവനെ വല്ലാതെ മോഹിപ്പിച്ചു. എല്ലാ കുട്ടികളെയുംപോലെ അവനും അച്ഛനെയും അമ്മാവനെയും ചോദ്യങ്ങൾകൊണ്ട് വീർപ്പുമുട്ടിക്കുമായിരുന്നു.:

"ഇരുട്ടുണ്ടാകുന്നതെങ്ങനെ?"

"സൂര്യരശ്മികൾ എന്തുകൊണ്ടുണ്ടാക്കിയതാണ്?"

"ഒരു സൂര്യരശ്മിയിൽക്കയറി സഞ്ചരിച്ചാൽ എങ്ങനെയിരിക്കും?"

ഇത്തരം ചോദ്യങ്ങൾ നമ്മളും മുതിർന്നവരോട് ചോദിച്ചിട്ടുണ്ടാ കാം; ഉത്തരമായി ശകാരമായിരിക്കും കിട്ടിയിട്ടുണ്ടാവുക; ശാസനയും. ഈ വക ചോദ്യങ്ങൾ അനാവശ്യമാണെന്ന മട്ടാണല്ലോ പലർക്കും. പക്ഷേ, ഈ ചോദ്യങ്ങളിലെ വിസ്മയമാണ് പ്രപഞ്ചരഹസ്യങ്ങളിലേ ക്കുള്ള വാതിൽ. ആൽബർട്ട് ഐൻസ്റ്റൈൻ

21

ഗണിതം, സംഗീതം, ദൈവം

വിസ്മയങ്ങളുടെ കശാപ്പുശാലകളാണ്, പൊതുവേ, വിദ്യാല യങ്ങൾ. കിളികളുടെ കൊഞ്ചലിലും ഇലകളുടെ പച്ചയിലും മഴയുടെ കുളിരിലും പ്രകാശത്തിന്റെ തെളിമയിലും കല്ലകളുടെ വർണ്ണങ്ങളിലും അത്ഭുതപ്പെടുന്ന ബാല്യത്തിനെ ക്ലാസ്മുറികൾ ബോറടിപ്പിച്ചാൽ അത്ഭുതപ്പെടാനില്ല. പ്രപഞ്ചത്തിലെ വസ്തുക്കളിൽ ഒളിഞ്ഞുകിടക്കുന്ന രഹസ്യങ്ങളെപ്പറ്റി അത്ഭുതംകൂറുന്ന ആൽബർട്ടി നും സ്കൂൾ അത്ര ഇഷ്ടമുള്ള ഒരു സംഗതിയായിരുന്നില്ല. ആദ്യത്തെ കത്തോലിക്കാ സ്കൂളിൽനിന്നും ല്യൂപോൾഡ് (Liutpold) ജിംനേസ്യ ത്തിലേക്ക് മാറിയ അവന് അവിടത്തെ അദ്ധ്യാപകരുടെ പട്ടാളച്ചിട്ട ശ്വാസംമുട്ടിക്കുന്നതായ് തോന്നി. ചങ്ങാതിമാർ ആരുമില്ലാതിരുന്ന ആ ബാലൻ, പക്ഷേ, ലത്തീൻ ഭാഷയിലും കണക്കിലും തന്റെ കഴിവ് തെളിയിച്ചു. 1886-ൽ അവന്റെ അമ്മ അവരുടെ അമ്മയ്ക്കെഴുതി:

"ഇന്നലെ ആൽബർട്ടിന് അവന്റെ മാർക്കുകൾ കിട്ടി. അവൻ വീണ്ടും ഒന്നാമനായിരിക്കുന്നു. അവന്റെ റിപ്പോർട്ട് കാർഡ് ഒന്നു കാണേണ്ടതുതന്നെയാണ്."

കുട്ടിക്കാലത്ത് കണക്കിൽ താൻ മോശമായിരുന്നുവെന്ന് പറഞ്ഞ വരോട് ഐൻസ്റ്റൈൻ പ്രതികരിച്ചത് ഇങ്ങനെയാണ്:

"എനിക്ക് പതിനഞ്ചാകുന്നതിനു മുമ്പേതന്നെ ഞാൻ കാൽക്കു ലസ് സ്വായത്തമാക്കിയിരുന്നു."

വാസ്തവത്തിൽ, പത്താമത്തെ വയസ്സുമുതൽക്ക് ആൽബർട്ട്

 ആപേക്ഷികതയുടെ ആശാൻ

ഒഴിവുനേരങ്ങളിൽ കണക്ക് പഠിക്കാറുണ്ടായിരുന്നു. അവനെ അതിൽ വീട്ടുകാരും അവരുടെ കൂട്ടുകാരും സഹായിക്കുമായിരുന്നു. അക്കൂട്ടത്തിൽ മാക്സ് താൽമൂദ് (Max Talmud) എന്നൊരു വൈദ്യ വിദ്യാർത്ഥിയും ഉൾപ്പെട്ടും. ഇയാൾ ഐൻസ്റ്റൈൻ കുടുംബത്തിൽ എന്നും അത്താഴമുണ്ണാനെത്തും. ആൽബർട്ട് എന്ന ബാലന് താൽമൂദ് ശാസ്ത്രപുസ്തകങ്ങളും തത്ത്വശാസ്ത്രഗ്രന്ഥങ്ങളും സംഭാവന ചെയ്യും; മണിക്കൂറുകളോളം അവനുമൊത്ത് ഗണിതപരമായ ആശയങ്ങൾ ചർച്ചചെയ്യും. ഇതുപോലെ, മറ്റൊരു സുഹൃത്ത് ആൽബർട്ടിനൊരു ക്ഷേത്രഗണിതപ്പുസ്തകം നൽകി. "അതിലെ ആശയങ്ങളുടെ വ്യക്ത തയും സുനിശ്ചിതത്വവും എന്നെ ഹഠാദാകർഷിച്ചു," ഐൻസ്റ്റൈൻ ഓർക്കുന്നു.

കുട്ടികൾ ശാസ്ത്രപുസ്തകങ്ങൾ വായിക്കുന്നതിൽ ഒരു കുഴപ്പമുണ്ട്. അത് അവരിൽ ജിജ്ഞാസ ജനിപ്പിക്കും; അന്വേഷണത്വര വളർത്തും; എല്ലാറ്റിലുമുപരി സംശയങ്ങൾക്ക് കളമൊരുക്കും. വീട്ടുകാരിൽനിന്നും നാട്ടുകാരിൽനിന്നും കേട്ട കഥകൾ കുട്ടിക്കാലത്ത് നമ്മളുടെ മനസ്സിൽ വിശ്വാസങ്ങളായും ധാരണകളായും അടിഞ്ഞുകൂടാറില്ലേ? അങ്ങ നെയാണ് സ്വതവേ കുട്ടികൾ മതവിശ്വാസികളും ദൈവവിശ്വാസി കളും രാഷ്ട്രീയവിശ്വാസികളും ആയിത്തീരുന്നത്. ശാസ്ത്രപുസ്തകങ്ങൾ വായിക്കാൻ തുടങ്ങുന്നതോടെ അന്ധമായി സ്വീകരിക്കപ്പെട്ട വിശ്വാ സങ്ങളെ അടിമുടി പരിശോധിക്കുവാനുള്ള ആത്മധൈര്യം കുട്ടികൾ ആർജ്ജിച്ചേക്കും. ആൽബർട്ടും ഇക്കാര്യത്തിൽ വിഭിന്നനായിരുന്നില്ല.

ഒരു കത്തോലിക്കാ സ്കൂളിലാണ് ആൽബർട്ട് ആദ്യം പഠിച്ചതെ ങ്കിലും, വീട്ടിലവന് യഹൂദമതപഠനത്തിനുള്ള ട്യൂഷൻ ലഭിച്ചിരുന്നു. ആ ഇളംപ്രായത്തിൽ അവൻ മതാചാരങ്ങളിൽ ആമഗ്നനായി. അവൻ ബൈബിൾ വായിക്കുന്നത് പതിവാക്കി; പോർക്ക് (പന്നി യിറച്ചി) കഴിക്കാതിരിക്കാൻ ശ്രദ്ധിച്ചു (യഹൂദന്മാർക്ക് പന്നിയിറച്ചി നിഷിദ്ധമാണല്ലോ). സ്കൂളിലേക്ക് പോകുമ്പോഴും സ്കൂളിൽനിന്ന് തിരിച്ചു വരുമ്പോഴും അവൻ സ്വന്തമായുണ്ടാക്കിയ പാട്ടുകൾ പാടി യഹോവയെ പ്രകീർത്തിച്ചു. പക്ഷേ, ഈ പ്രവണത അധികകാലം നിലനിന്നില്ല. പന്ത്രണ്ടാമത്തെ വയസ്സുമുതൽ ആൽബർട്ട് ബൈബിൾ കഥകളെ ചോദ്യം ചെയ്യാൻ തുടങ്ങി. അദ്ധ്യാപകർ തനിക്കു പഠിപ്പിച്ചു തന്ന ദൈവത്തിൽ അവൻ വിശ്വസിക്കാതായി; എന്നിരിക്കിലും,

അത്ഭുതാദരങ്ങളുളവാക്കുന്ന പ്രകൃതിയുടെ ഗാംഭീര്യത്തിലുള്ള വിശ്വാസം ഒരിക്കലും നഷ്ടമായില്ല; "തീർത്തും വ്യക്തിഗതമല്ലാത്ത" മഹത്തായ ഏതോ ഒന്നിൽ അലിഞ്ഞുചേരാനുള്ള അഭിലാഷവും നഷ്ടമായില്ല. 1954-ജനുവരി മൂന്നിന് എറിക് ഗട്കിൻഡ് (Eric Gutkind) എന്ന തത്ത്വശാസ്ത്രജ്ഞന് ഐൻസ്റ്റൈൻ എഴുതിയ കത്തിൽ അദ്ദേഹം തന്റെ മത (ദൈവ) വിശ്വാസത്തെക്കുറിച്ച് പ്ര തിപാദിക്കുന്നുണ്ട്:

"ദൈവം എന്ന വാക്ക് എന്നെ സംബന്ധിച്ച് മനുഷ്യദൗർബ്ബല്യ ത്തിന്റെ ആവിഷ്ക്കാരമാണ്. ബഹുമാന്യമെങ്കിലും, ബൈബിൾ പ്രാകൃത പുരാണങ്ങളുടെ ഒരു സമാഹാരമാണ്. അവയെ എത്ര വിശദീകരിച്ച് തന്നാലും എനിക്ക് മാറ്റമുണ്ടാകില്ല."

ഇന്നായിരുന്നെങ്കിൽ ഈ വാക്കുകൾ സാമൂഹ്യമാധ്യമങ്ങളിൽ 'വൈറൽ' (viral) ആയേനെ. അദ്ദേഹം തുടരുന്നു:

"എന്നെ സംബന്ധിച്ച് യഹൂദമതം, എല്ലാ മതങ്ങളെയുംപോലെ, പ്രാകൃതമായ അന്ധവിശ്വാസത്തിന്റെ അവതാരമാണ്. ഞാനൊരു യഹൂദനാണെന്നതിൽ എനിക്ക് സന്തോഷമുണ്ട്; യഹൂദമനോഭാവം എന്നിലാഴത്തിലുണ്ട്. എങ്കിലും, യഹൂദജനത മറ്റ ജനതകളേക്കാൾ അന്തസ്സുള്ളവരാണെന്ന് എനിക്ക് തോന്നിയിട്ടില്ല. മറ്റ മതക്കാരെ ക്കാൾ മെച്ചമുള്ളവരാണ് യഹൂദർ എന്ന് എന്റെ അനുഭവം പറയു ന്നില്ല. ദൈവത്തിന്റെ 'ഇഷ്ട' ജനത(Chosen People)യാകാൻ മാത്രമുള്ളതൊന്നും ഞാൻ അവരിൽ കാണുന്നില്ല."

"ദൈവം പകിട കളിക്കാറില്ല"

ഐൻസ്റ്റൈനിനെ സാമാന്യദൈവവിശ്വാസത്തിന്റെ കള്ളിയിൽ കുരുക്കിയിടാൻ പലരും ശ്രമിച്ചിട്ടുണ്ട്. അതിനുകാരണം അദ്ദേഹം 'ദൈവം' എന്ന വാക്ക് പലയിടത്തും ഉപയോഗിച്ചതാണ്. "ദൈവം പകിട കളിക്കാറില്ല (God doesn't play dice)" എന്ന അദ്ദേഹ ത്തിന്റെ രസാത്മകവാക്യം പ്രസിദ്ധമാണല്ലോ. ഭൗതികശാസ്ത്രജ്ഞ മാരിൽ പലരും 'ദൈവം' എന്ന വാക്ക് ഉപയോഗിക്കാറുണ്ട്. അത് തെറ്റിദ്ധാരണകൾക്ക് വഴിവെച്ചിട്ടുണ്ട്. ഇവരാ വാക്ക് പലപ്പോഴും ആത്യന്തികസത്യത്തെ ആലങ്കാരികമായി വിശേഷിപ്പിക്കാനാണ് ഉപയോഗിക്കുന്നതെന്ന് നമ്മൾ മറന്നുകൂടാ.

 ആപേക്ഷികതയുടെ ആശാൻ

കൂടു വിട്ട പക്ഷി

1894. ഐൻസ്റ്റൈൻ കുടുംബത്തിന്റെ വ്യാപാരം വീണ്ടും തളർന്നു. അവർ വീണ്ടും കൂട മാറി. ഇത്തവണ അവർ, ആൽപ്സും കടന്ന്, ഇറ്റലിയിലേക്കാണ് പോയത്. അവിടെ ഭാവി ശോഭനമായിരിക്കുമെന്ന് അവർ കണക്കുകൂട്ടി. ആൽബർട്ടിന് അന്ന് വയസ്സ് പതിനഞ്ച്. അവന് സ്കൂൾ വിദ്യാഭ്യാസം പൂർത്തിയാക്കേണ്ടതുണ്ടായിരുന്നു. അതിനാൽ അവൻ വീട്ടുകാർക്കൊപ്പം പോയില്ല; മ്യൂണിക്കിൽത്തന്നെ തങ്ങി. ആൽബർട്ടിന് ഇക്കാലം കഷ്ടകാലമായിരുന്നു. അച്ഛനെക്കാണാതെ, അമ്മയെക്കാണാതെ, അനിയത്തിയെക്കാണാതെ അവൻ വല്ലാതെ വിഷമിച്ചു. മ്യൂണിക്കിൽ ഒറ്റയ്ക്ക് കഴിയുന്നതിൽ അവനു വെറുപ്പുണ്ടായി. വിഷാദം അവനെ അടിമപ്പെടുത്തി. സ്കൂളിൽ അവൻ കൂടുതൽക്കൂടുതൽ നിഷേധിയായ് മാറി. അവന്റെ സഹജമായ ബുദ്ധിശക്തിയും, സ്വന്തം കഴിവിലുള്ള ആത്മവിശ്വാസവും അദ്ധ്യാപകരിൽ അരിശമാണുണ്ടാക്കിയത്. ബുദ്ധിശാലികളായ കുട്ടികൾ അദ്ധ്യാപകർക്ക് പലപ്പോഴും ഒരലോ സരമാണല്ലോ. അദ്ധ്യാപകരിലൊരാൾ ആൽബർട്ട് സ്കൂളിൽ വരാതിരിക്കുന്നതാണ് നല്ലതെന്നവരെ പറഞ്ഞു. അങ്ങനെ പറയാനുള്ള കാരണമെന്തെന്ന് ആൽബർട്ട് ചോദിക്കുകയുണ്ടായി:

"ഞാൻ തെറ്റൊന്നും ചെയ്യില്ലല്ലോ?"

"ഉവ്വ്; അതു ശരിയാണ്," മാഷ് പറഞ്ഞു. പക്ഷേ, നീ പിൻബെഞ്ചിലിരുന്ന് ഇളിച്ചുകൊണ്ടിരിക്കും. ഒരദ്ധ്യാപകന് ക്ലാസ്സിൽനിന്ന് കിട്ടേണ്ട ബഹുമാനം അതില്ലാതാക്കും."

ആൽബർട്ട് ഐൻസ്റ്റൈൻ

ജർമ്മനി വിടാൻ ആൽബർട്ടിന് മറ്റൊരു കാരണം കൂടിയുണ്ടാ
യിരുന്നു. പതിനേഴു വയസ്സുവരെ അവിടെ തങ്ങിയാൽ അവനു നിർ
ബന്ധമായും പട്ടാളത്തിൽ ചേരേണ്ടി വരും. ഹിംസ ആൽബർട്ടിന്
ഇഷ്ടമില്ലാത്ത സംഗതിയാണല്ലോ. അവനവന്റെ ഇച്ഛയ്ക്കെതിരായി
ആജ്ഞകൾ അനുസരിക്കേണ്ടിവരുന്നത് അവനു ചിന്തിക്കാൻപോ
ലും കഴിഞ്ഞില്ല. ഒരു പക്ഷേ, മറ്റൊരു മനുഷ്യജീവിയെ കൊല്ലേണ്ടി
കൂടി വന്നേക്കാം. വളർന്നു വലുതായപ്പോൾ, ഐൻസ്റ്റൈൻ ഒരു
സമാധാനവാദി(pacifist)യായ് മാറി. യുദ്ധം, അതേതായാലും,
ക്രൂരമാണെന്ന് അദ്ദേഹത്തിന് ബോധ്യമായിരുന്നു; മനുഷ്യഭാവിക്ക്
നന്മയുണ്ടാക്കുക സംഘർഷമല്ല, സഹകരണമാണ്.

1895. ഏകാന്തതയും വിഷാദവും സഹിക്ക വയ്യാതെ ആൽബർ
ട്ട് മ്യൂണിക് ഉപേക്ഷിച്ച് ഇറ്റലിയിലുള്ള മാതാപിതാക്കൾക്കുടത്തേക്ക്
പോയി. അച്ഛനുമമ്മയ്ക്കും മകൻ വന്നപ്പോൾ സന്തോഷമല്ല, സന്താപ
മാണുണ്ടായത്; ഒപ്പം, ദേഷ്യവും. പഠിത്തം പൂർത്തിയാക്കാതെയാണ
ല്ലോ ആൽബർട്ട് ഇറ്റലിയിലെത്തിയത്. വീട്ടിലിരുന്ന് പഠിച്ചോളാമെ
ന്ന് അവൻ അവർക്ക് വാക്കു കൊടുത്തു. പഠിക്കുന്നതിനൊപ്പം അവൻ
കുടുംബത്തെ ബിസിനസ്സിൽ സഹായിക്കുകയും ചെയ്തു. ഇടക്കിടക്ക്
ആൽപ്സ് പർവ്വതനിരകളിൽ യാത്രപോവുകയുമുണ്ടായി.

സ്വിറ്റ്സർലണ്ടിലെ സൂറിച്ചിലുള്ള ഫെഡറൽ ഇൻസ്റ്റിട്യൂട്ട് ഓഫ്
ടെക്നോളജിയിൽ ചേരാനുള്ള പ്രവേശനപരീക്ഷയെഴുതാൻ
ആൽബർട്ട് ലക്ഷ്യമിട്ടിരുന്നു. മ്യൂണിക്കിലിരിക്കേ, ഒരദ്ധ്യാപകനും
സഹായിക്കാനില്ലാതെ, അവനാ പ്രവേശന പരീക്ഷ എഴുതിയതാണ്;
പക്ഷേ, പരീക്ഷയിൽ അവൻ തോറ്റുപോയി. തോറ്റുപോയെങ്കിലും,
ശാസ്ത്രത്തിലും കണക്കിലും അവന് ഉയർന്ന മാർക്കുകൾ ലഭിച്ചു.

പരീക്ഷയിൽ ഒരിക്കൽ തോറ്റുകൊണ്ട് ആരെങ്കിലും പിന്മാറിയ
തായ് കേട്ടിട്ടുണ്ടോ? പരാജയം വിജയത്തിന്റെ ചവിട്ടുപടി എന്നല്ലേ
വിവരമുള്ളവർ പറയാറ്? പിടിവാശിയിൽ ആരെയും തോൽപ്പിക്കുന്ന
ആൽബർട്ടിന്റെ കാര്യം, അപ്പോൾപ്പിന്നെ, പറയാനുണ്ടോ? വർഷം
ഒന്നു കഴിഞ്ഞപ്പോൾ, പ്രവേശനപരീക്ഷ ഒന്നുകൂടി നന്നായെഴുതുന്ന
തിന് തയ്യാറെടുക്കാൻ അവൻ ആരോ (Aarau) എന്ന സ്കൂളിൽ
ചേർന്നു. സ്വിറ്റ്സർലണ്ടിലെ ജർമ്മൻഭാഷ സംസാരിക്കുന്ന
ഭാഗത്താണ് ആരോ സ്കൂൾ.

 ആപേക്ഷികതയുടെ ആശാൻ

ആൽബർട്ടിന്റെ, ആരോ സ്കൂളിലെ ഫ്രഞ്ച് ലേഖനം

ആൽബർട്ടിന് ആരോ വ്യത്യസ്തമായ ഒരനുഭവമായിരുന്നു. മ്യൂ
ണിക്കിലെ പട്ടാളച്ചിട്ടയെവിടെ, ആരോയിലെ ഉന്മേഷദായകമായ
തുറസ്സെവിടെ! സ്വതന്ത്രമായ മണ്ണ്. സ്വതന്ത്രമായ വിണ്ണ്. അടച്ചിട്ട കൂട്ടു
വിട്ട പക്ഷി ആകാശത്തിലേക്ക് ചിറകു നീട്ടിപ്പറന്നു. ആൽബർട്ടിന്
പുതിയ സ്കൂൾ വല്ലാതങ്ങ് ഇഷ്ടപ്പെട്ടു. അവിടത്തെ അദ്ധ്യാപകർ
അവന്റെ സ്വകീയമായ ചിന്താഗതിയെ പ്രോത്സാഹിപ്പിച്ചു; ചിത്ര
ങ്ങളില്ലൂടെ ചിന്തിക്കുന്ന അവന്റെ സവിശേഷരീതിയെ വളർത്തി.
ആ അദ്ധ്യാപകരെ അവൻ മതിമറന്ന് സ്നേഹിച്ചു. എല്ലാറ്റിലുമുപരി,
സ്കൂളിലെ വിശ്രമവേളകളിൽ അവന് സംഗീതം അഭ്യസിക്കാൻ
ള്ള അവസരവും കിട്ടി. ഇടവേളകളിൽ അവൻ വയലിൻ വായിച്ച
തകർത്തു. അടിച്ചുപൊളിച്ചു എന്നൊക്കെ നമ്മൾ പറയാറില്ലേ,
അതുപോലെ. വർഷാവസാനമായപ്പോഴേക്കും, സർവ്വകലാശാ
ലയിൽ ചേരാൻ ആൽബർട്ട് ഒരുങ്ങിക്കഴിഞ്ഞിരുന്നു. ആ വർഷ
ത്തിനൊടുവിൽ അവൻ ഒന്നുകൂടി ചെയ്തു; നിലവില്പുള്ള ജർമ്മൻ
ഭരണകൂടത്തിന്റെ ദേശഭക്ത്യാദർശങ്ങളോട്ടുള്ള പ്രതിഷേധമായി
തന്റെ ജർമ്മൻ പൗരത്വം അവനുപേക്ഷിച്ചു; വാസ്തവത്തിൽ,നിർ
ബന്ധിച്ച് പട്ടാളത്തിൽചേർക്കുമെന്ന ഭയംകൊണ്ടാണ് അവൻ
അതു തീരുമാനിച്ചത്. കുറച്ചകാലം സ്വദേശമില്ലാതായ ആൽബർ ട്ട്,
1901-ൽ, സ്വിസ് (സ്വിറ്റ്സർലണ്ടിലെ) പൗരത്വം സ്വീകരിച്ചു. 1914-ൽ

ഐൻസ്റ്റൈൻ വീണ്ടും ജർമ്മൻ പൗരനാവുകയുണ്ടായി. ആ കഥയും അതിനു പിന്നാലെയുണ്ടായ സംഭവങ്ങളും കൗതുകമുള്ളതാണ്. അവ വഴിയേ നമുക്കു നോക്കാം.

പ്രവേശനപരീക്ഷയ്ക്ക് പഠിച്ചുകൊണ്ടിരിക്കേ, ഐൻസ്റ്റൈൻ ഒരു പ്രബന്ധമെഴുതുകയുണ്ടായി. പ്രബന്ധം ഫ്രഞ്ച ഭാഷയിലാണ്. "ഭാവിയിലേക്കുള്ള എന്റെ രൂപരേഖ" എന്നാണ് ശീർഷകം. ശാസ്ത്രവീ ഥിയിലൂടെ സഞ്ചരിക്കാൻ താനെന്തുകൊണ്ട് തീരുമാനിക്കുന്നുവെന്ന് വിശദീകരിക്കുന്നതാണ് ആ ലേഖനം.

"പരീക്ഷകൾ പാസ്സാകാനുള്ള സൗഭാഗ്യം എനിക്കുണ്ടായാൽ, ഞാൻ സൂറിച്ചിലെ പോളിടെക്നിക്കൽ സ്കൂളിലാണ് ചേരുക. അവിടെ ഞാൻ നാലുകൊല്ലത്തോളം ശാസ്ത്രവും ഗണിതവും പഠിക്കും. ഈ വിജ്ഞാനശാഖകളിലെ ഒരു അദ്ധ്യാപകനായ് മാറാനാണ് ഞാനാ ഗ്രഹിക്കുന്നത്. ഇവയിലെ സൈദ്ധാന്തികവശമായിരിക്കും ഞാൻ തെരഞ്ഞെടുക്കുക.

അമൂർത്തവും ഗണിതാത്മകവുമായ ആശയങ്ങളോടാണ് എനിക്ക് ആഭിമുഖ്യം. മാത്രമല്ല, ശാസ്ത്രപഠനത്തിൽ, എന്നെ സന്തോഷിപ്പിക്ക ന്ന, ഒരു തരത്തിലുള്ള സ്വാതന്ത്ര്യവുമുണ്ട്."

സൗഹൃദകാലം

1896. ആൽബർട്ടിന് വയസ്സ് പതിനേഴായി. ആരോ സ്കൂളിൽനിന്നും അവന് ഡിപ്ലോമ കിട്ടി. ആ ഡിപ്ലോമയു ള്ളതുകൊണ്ട് പ്രവേശനപരീക്ഷ എഴുതാതെതന്നെ ഇൻസ്റ്റിട്യൂട്ട് ഓഫ് ടെക്നോളജിയിൽ പ്രവേശിക്കാൻ സാധിച്ചു. ഡിപ്ലോമയിലെ അവന്റെ മാർക്കുകൾ ശ്രദ്ധേയമാണ്: ആൾജിബ്രയ്ക്കും ജ്യോമെട്രിക്കും ഫിസിക്സിനും ചരിത്രത്തിനും ആറു മാർക്ക് (കിട്ടാവുന്നതിൽ ഏറ്റവും കൂടിയത്); ജർമ്മൻ ഭാഷയ്ക്കും ഇറ്റാലിയൻ ഭാഷയ്ക്കും കെമിസ്ട്രിക്കും ജീവശാസ്ത്രത്തിനും അഞ്ചു മാർക്ക് (വളരെ മികച്ചത്); ഭൂമിശാസ്ത്രം, കല, സാങ്കേതികചിത്രണം എന്നിവയ്ക്ക് നാലു മാർക്ക് (ശരാശരിക്ക് മുകളിൽ).

ഔദ്യോഗികമായി ജർമ്മൻ പൗരനല്ലാതായ ആൽബർട്ട്, സ്വിറ്റ്സർലണ്ടിലെ സൂറിച്ച് പോളിടെക്നിക്കിൽ, ഇൻസ്റ്റിട്യൂട്ട് ഓഫ് ടെക്നോളജിയിൽ, വിദ്യാർത്ഥിജീവിതം തുടങ്ങി. ഐൻസ്റ്റൈനി ന്റെ ആയുഷ്ക്കാലചങ്ങാത്തങ്ങൾ ഈ പോളിടെക്നിക്കിലാണ് പിറവിയെടുത്ത്. സെക്കൻഡറി സ്കൂളുകളിൽ ഊർജ്ജതന്ത്രവും കണക്കും പഠിപ്പിക്കുന്ന അദ്ധ്യാപകനായ് ഉദ്യോഗം ലഭിക്കാൻ നാലു വർഷത്തെ പഠനമാണ് വേണ്ടത്. ആൽബർട്ട് കഠിനപ്രയത്നം ചെയ്തു; ഒരുപാട് വായിച്ചു; ചിന്തിച്ചു; പരസഹായമില്ലാതെ പരീക്ഷണങ്ങൾ നടത്തി. സ്കൂളിലെ പഠനരീതി കാലഹരണപ്പെട്ടതാണെന്ന് തോന്നി യതുകൊണ്ട് ആൽബർട്ട് പലപ്പോഴും ക്ലാസ്സിൽ ഇരിക്കില്ലായിരുന്നു.

ക്ലാസ്സിൽനിന്ന് മുങ്ങുന്നത് ചുറ്റിത്തിരിയാനല്ല; ആധുനിക ഭൗതിക ശാസ്ത്രത്തിലെ നവീനമായ സിദ്ധാന്തങ്ങൾ വായിച്ചു മനസ്സിലാക്കാനാണ്.

ലക്ചറർമാർക്ക് ആൽബർട്ടിന്റെ ഈ സ്വഭാവം അത്ര പിടിച്ചിരുന്നില്ല. ഒരു പ്രഫസർ, ഹെൻറിച്ച് വെബർ (Henrich Weber), ഒരിക്കൽ അവനോട് രുക്ഷമായ് സംസാരിച്ചു:

"ഐൻസ്റ്റൈനേ, ബുദ്ധിയുള്ള കുട്ടിയാണ് നീ; നല്ല ബുദ്ധിശാലി. പക്ഷേ, നിനക്കൊരു വലിയ തകരാറുണ്ട്. നിന്നോട് അങ്ങോട്ടൊന്നും പറയാൻ പറ്റില്ല. നീയത് കേൾക്കില്ല."

വെബറിന്റെ പഠിപ്പിക്കലിനെപ്പറ്റി ആൽബർട്ടിനും വലിയ മതിപ്പുണ്ടായിരുന്നില്ല. ഊർജ്ജതന്ത്രത്തിലെ ഹരം പിടിപ്പിക്കുന്ന പുത്തനാശയങ്ങളെ വെബർ അവഗണിക്കുകയാണെന്നായിരുന്നു അവന്റെ പരാതി; മടുപ്പിക്കുന്ന പഴഞ്ചൻ വിഷയങ്ങളാണ് അദ്ദേഹത്തിനു താൽപ്പര്യം.

മ്യൂണിക്കിൽ ചങ്ങാതികളില്ലായിരുന്ന ഐൻസ്റ്റൈനിന് സൂറിച്ചിലെ സഹപാഠികളിൽ പലരും ഉറ്റ സുഹൃത്തുക്കളായി. അവരിൽ രണ്ടു പേരുകൾ എടുത്തു പറയേണ്ടവയാണ്. ഒന്ന്, മിഷേൽ എയ്ഞ്ചലോ ബെസോ (Michele Angelo Besso); രണ്ട്, മാസൽ ഗ്രോസ്മൻ (Marcel Grossman). ഇവരൊന്നിച്ച് കണക്കിലെ കളികളും കെണികളും ചർച്ചചെയ്യും; സംഗീതവിരുന്നുകൾ ആസ്വദിക്കും; കാപ്പിക്കടകളിലിരുന്ന് നേരം പോക്കും. ഇവർ മൂവരും മരിക്കുംവരെ ഉറ്റ ചങ്ങാതിമാരായിത്തന്നെ പുലർന്നുപോന്നു. ഇവരെക്കൂടാതെ, ഐൻസ്റ്റൈനിന് മറ്റൊരു സഹപാഠിയെക്കൂടി കട്ടത്ത സുഹൃത്തായിക്കിട്ടി. മിലേവാ മറായിസ് (Mileva Maric). മിലേവ, സ്കൂളിൽ ഐൻസ്റ്റൈൻ പഠിക്കുന്ന വിഭാഗത്തിലെ ഏക പെൺകുട്ടിയായിരുന്നു. മിലേവയുമായ് ഐൻസ്റ്റൈൻ തന്റെ ശാസ്ത്ര ചിന്തകളും സങ്കൽപ്പനങ്ങളും പങ്കുവെക്കുമായിരുന്നു; ദീർഘനേരം സംസാരിച്ചിരിക്കുമായിരുന്നു. തുടക്കത്തിൽ രണ്ടുപേരും സഹപാഠികളായിരുന്നു; പിന്നീട്, സുഹൃത്തുക്കളായി; ഒടുവിൽ, കമിതാക്കളമായി. സ്വാഭാവികമായും, കമിതാക്കൾ വിവാഹിതരുമായി.

     ആപേക്ഷികതയുടെ ആശാൻ

ഐൻസ്റ്റൈൻ പതിനാറുവയസ്സിൽ. ഈ ഫോട്ടോയെടുത്ത് ആറു മാസങ്ങൾ കഴിഞ്ഞ പ്പോൾ, അദ്ദേഹം തന്റെ ജർമ്മൻ പൗരത്വം ഔദ്യോഗികമായ് ഉപേക്ഷിച്ചു.

ഈ മൂന്നു ചങ്ങാതിമാരിൽ ഗ്രോസ്മനാണ് ഐൻസ്റ്റൈന്റെ സ്വതന്ത്ര ചിന്താഗതിയെയും ദൃഢനിശ്ചയസ്വഭാവത്തെയും ശരിക്കും മനസിലാക്കിയത്. ബോറടിപ്പിക്കുന്ന പതിവു ക്ലാസ്സുകൾ ഐൻസ്റ്റൈ നിനെ വല്ലാതെ ചോടിപ്പിക്കുന്നുണ്ടെന്ന് അയാൾക്ക് ബോധ്യമായി. എന്നാൽ, അതേസമയം, പരീക്ഷകൾ പാസ്സാകാൻ ക്ലാസ്സ്മുറിയിൽ നിന്നു കിട്ടുന്ന വിവരങ്ങൾ അത്യാവശ്യമാണെന്നും അയാൾക്ക് അറി യാമായിരുന്നു. തനിച്ചു വിട്ടാൽ ഐൻസ്റ്റൈൻ തനിക്കു താല്പര്യമുള്ള കാര്യങ്ങളേ പഠിക്കുകയുള്ളൂ; മാഷന്മാർ പറഞ്ഞുകൊടുക്കുന്നത് തൊട്ടു കയേയില്ല. നമ്മളിൽ പലരും അങ്ങനെയാണല്ലോ. ഐൻസ്റ്റൈനി നാകട്ടെ, പ്രഫസർമാർക്കു പിടികിട്ടാത്ത നൂതന ചിന്തകളിലാണ് രസം. മൂപ്പരുടെ താൽപ്പര്യം കടന്ന ചിന്തിക്കുന്നതിലാണെന്ന് അവർ പരാതിപ്പെട്ടു. ഇങ്ങനെപോയാൽ ഐൻസ്റ്റൈൻ പരീക്ഷ പാസാകില്ലെന്ന് ഗ്രോസ്മൻ ഭയപ്പെട്ടു. എന്താണൊരു പോംവഴി? ചങ്ങാതിയെ ചങ്ങാതി സഹായിക്കണമല്ലോ. അല്ലെങ്കിൽ,

ഐൻസ്റ്റൈനും മിലേവയും

ചങ്ങാതിയെന്ന് പറയുന്നതിലെന്ത് കാര്യം? ഗ്രോസ്മൻ ഒട്ടവിലൊരു വഴി കണ്ടു. ക്ലാസ്സ്മുറിയിലിരുന്ന് താൻ കുറിച്ചെടുത്ത നോട്ടുകൾ ഐൻസ്റ്റൈനിന് കൈമാറി. ആ സൂത്രം ഫലിച്ചു. ഐൻസ്റ്റൈൻ മികച്ച മാർക്കോടെ പരീക്ഷ പാസായി. 1900-ലെ ആഗസ്റ്റിൽ അദ്ദേഹത്തിന് ഡിപ്ലോമ കിട്ടി. ചങ്ങാതിമാർ ആശ്വാസത്തോടെ നെടുവീർപ്പിട്ടു. പക്ഷേ, ഔപചാരിക വിദ്യാഭ്യാസമുണ്ടാക്കിയ കയ്പ്പ് ഐൻസ്റ്റൈനിൽനിന്ന് വിട്ടുമാറാൻ വീണ്ടും ഒരു വർഷമെടുത്തു. ഒരു വർഷം കഴിഞ്ഞാണ് അദ്ദേഹത്തിന് വീണ്ടും ഊർജ്ജതന്ത്രത്തിലുള്ള കമ്പം കത്തിക്കയറിയത്.

വിദ്യാഭ്യാസം കഴിഞ്ഞു. ഇനി വേണ്ടത് ഒരുദ്യോഗമാണ്. ഒരു ജോലി. ഇൻസ്റ്റിട്യൂട്ട് ഓഫ് ടെക്നോളജിയിൽ ജോലി കിട്ടുമെന്ന പ്രതീക്ഷ ഐൻസ്റ്റൈനില്ലായിരുന്നു. കാരണം, അവിടത്തെ പ്രഫസർ വെബറുമായി അദ്ദേഹം കലഹിക്കുമായിരുന്നല്ലോ. അതിനാൽ മറ്റ രണ്ടു സർവ്വകലാശാലകളിലെ പ്രശസ്തരായ ശാസ്ത്രജ്ഞൻമാർക്ക് അദ്ദേഹം ജോലിക്കുള്ള അപേക്ഷകൾ അയച്ചുനോക്കി. അവരാരും മറുപടി കൊടുത്തില്ല. ഏകദേശം ഒരു കൊല്ലം അങ്ങനെ നീങ്ങി. അപ്പോഴാണ് താൻ പ്രതീക്ഷിക്കാത്ത ഒരുദ്യോഗം അദ്ദേഹത്തെ

 ആപേക്ഷികതയുടെ ആശാൻ

ഗ്രോസ്മൻ (ഇടത്ത്), ഐൻസ്റ്റൈൻ (നടുക്ക്), ബെസോ (വലത്ത്)

തേടിയെത്തിയത്: സ്കൂൾ അദ്ധ്യാപനം. അതൊരു താൽക്കാലിക ജോലിയാണെങ്കിലും അദ്ദേഹത്തിനത് വളരെ ഇഷ്ടമായി.

ഐൻസ്റ്റൈൻ ജോലിയിൽ പ്രവേശിച്ചു; ഒപ്പം സ്വന്തമായ ഗവേഷണങ്ങളും തുടർന്നു. അദ്ദേഹം പത്രമാസികകളിൽ ലേഖന മെഴുതുന്നത് പതിവായി. അവയില്ലൂടെ അദ്ദേഹം തന്റെ നൂതനവും മൗലികവുമായ ചിന്തകൾ പ്രകാശിപ്പിച്ചു. അതിനിടയിൽ നിരാശ യുണ്ടാക്കിയ ഒരു സംഭവംകൂടിയുണ്ടായി. 1901-ൽ അദ്ദേഹം സൂറി ച്ച് സർവ്വകലാശാലയിൽ പി. എച്ച്. ഡിക്കുവേണ്ടി ഒരു പ്രബന്ധം സമർപ്പിച്ചിട്ടുണ്ടായിരുന്നു. സർവ്വകലാശാല അതിന് പി. എച്ച്. ഡി അനുവദിച്ചില്ല. ശാസ്ത്രലോകം തന്നെ തിരസ്കരിക്കുന്ന കാര്യത്തിൽ ഒറ്റക്കെട്ടാണെന്ന് അദ്ദേഹത്തിന് തോന്നി.

ഒരിക്കൽക്കൂടി ഗ്രോസ്മൻ ചങ്ങാതിയുടെ സഹായത്തിനെത്തി. ഗ്രോസ്മനിന്റെ അച്ഛൻ സ്വിറ്റ്സർലണ്ടിൽ കേൾവികേട്ടവനായിരുന്നു; ആദരണീയനായിരുന്നു. അദ്ദേഹം ഐൻസ്റ്റൈനിനെ തന്റെയൊരു സ്നേഹിതന് ശുപാർശ ചെയ്തു. ബേണിലെ (Bern) പേറ്റന്റ് ഓഫിസിന്റെ തലവനായിരുന്ന ഈ സ്നേഹിതൻ (കണ്ടുപിടുത്തങ്ങൾ ക്ക് രേഖാമൂലമായ് സർക്കാർ നൽകുന്ന അധികാരം/അവകാശമാണ് പേറ്റന്റ്[patent]). ഡിപ്ലോമ കിട്ടി രണ്ടു കൊല്ലങ്ങൾക്കുശേഷം, അങ്ങനെ, ഐൻസ്റ്റൈനിന് "ശരിയായ" ഒരുദ്യോഗമായി: (മൂന്നാം

കിട) സാങ്കേതിക വിദഗ്ധൻ; സ്വിസ് ഉപജ്ഞാതാക്കളുടെ (കണ്ടു പിടുത്തക്കാരുടെ) പേറ്റന്റുകൾ പരിശോധിക്കുന്ന ടീമിലെ ഒരംഗം.

പേറ്റന്റ് ഓഫീസിലെ ഉദ്യോഗം ശാസ്ത്രപരമായി രസമുള്ളതായിരു ന്നു. മാത്രമല്ല, സ്വന്തം ആശയങ്ങൾ വികസിപ്പിക്കുവാനുള്ള ധാരാളം ഒഴിവുസമയം ഐൻസ്റ്റൈനിന് ലഭിക്കുകയും ചെയ്തു. ശമ്പളവും മോശ മായിരുന്നില്ല: വർഷത്തിൽ 3,500 സ്വിസ് ഫ്രാങ്ക്; വിദ്യാർത്ഥിയായിരി ക്കുമ്പോൾ അദ്ദേഹത്തിന് അച്ഛനമ്മമാർ ചെലവിന് കൊടുത്തിരുന്ന കാശിനേക്കാൾ മൂന്നിരട്ടി. ജോലിക്കെടുത്തവർക്ക് അദ്ദേഹത്തെ നന്നായി ബോധിച്ചു. അവരദ്ദേഹത്തെ വിലമതിച്ചു. "ആപ്പീസിലെ അത്യന്തം ബഹുമാന്യരായ വിദഗ്ധരിലൊരാൾ" എന്നാണ് അദ്ദേഹ ത്തെ ഡയറക്ടർ വിശേഷിപ്പിച്ചത്. താമസിയാതെ, ഐൻസ്റ്റൈനിന് പ്രമോഷനും കിട്ടി. അദ്ദേഹം മൂന്നാം കിട സാങ്കേതിക വിദഗ്ധനിൽ നിന്ന് രണ്ടാം കിട വിദഗ്ധനിലേക്ക് ഉയർന്നു.

 ആപേക്ഷികതയുടെ ആശാൻ

ദാമ്പത്യം

പഠിത്തം കഴിഞ്ഞു; ഒരു ജോലിയായി; തരക്കേടില്ലാത്ത ശമ്പളമായി. ഇനിയൊരു വിവാഹമാകാം എന്നായി ഐൻസ്റ്റെനിന്. ഇരുവട്ടം മിന്നുകെട്ടിയ ആളാണ് ഐൻസ്റ്റെൻ. അതിലാദ്യത്തേത് രഹസ്യപരിവേഷമുള്ള ഒന്നായിരുന്നു. 1896-ൽ അദ്ദേഹം മിലേവാ മറായിസ്സിനെ പ്രേമിച്ചതോർക്കുന്നുണ്ടല്ലോ; സൂറിച്ചിലെ ഇൻസ്റ്റിട്യൂട്ട് ഓഫ് ടെക്നോളജിയിലെ സഹപാഠിയെ. മിലേവ ബുദ്ധിശാലിയായ ഒരു സ്ത്രീയായിരുന്നു; ആരിലും മതിപ്പ ണ്ടാക്കുന്ന വ്യക്തിത്വം; എന്തും ചോദ്യം ചെയ്യാനുള്ള മനസ്സുള്ളവൾ. ഐൻസ്റ്റെനിനെപ്പോലെ മിലേവയും പ്രവാസിയായിരുന്നു; സ്വി റ്റ്സർലണ്ടിൽ ശരണം തേടിയവൾ. അവരുടെ കുടുംബത്തിന്റെ സ്വദേശം ഗ്രീസ് ആയിരുന്നു; മിലേവ വളർന്നതോ ഹംഗറിയിലും.

അക്കാലത്ത് സ്ത്രീകൾക്ക് ഉന്നതവിദ്യാദ്യാസം പറഞ്ഞിട്ടില്ലായിരു ന്നു. ഇനി, അഥവാ, പഠിച്ചാൽത്തന്നെ കണക്കും ശാസ്ത്രവും പഠിക്കില്ല. ഗണിതശാസ്ത്രവും ഭൗതികശാസ്ത്രവുമൊക്കെ പുരുഷന്മാരാണ്, പരമ്പ രാഗതമായ്, അഭ്യസിക്കുക. പത്തൊമ്പതാം നൂറ്റാണ്ടിലും ശാസ്ത്രജ്ഞ മാർ ഉണ്ടായിരുന്നുവെന്നത് മറന്നിട്ടല്ല ഇതു പറയുന്നത്. അവരിൽ ഖ്യാതിനേടിയ ഒരാളാണല്ലോ മേരി ക്യൂറി. എങ്കിലും, ഇത്തരം വിഷ യങ്ങൾ പെൺകുട്ടികൾക്ക് പറ്റിയതല്ലെന്ന വിശ്വാസം അക്കാലത്ത് നിലനിന്നിരുന്നു. അവ പഠിക്കാൻ അവർക്ക് ഏറെ പ്രയാസമായിരി ക്കും. സ്ത്രീകൾ അക്കാദമിക ഉദ്യോഗങ്ങൾ കയ്യാളുന്നതും അക്കാലത്ത് വിരളമായിരുന്നു. മിലേവ ഇതിനൊക്കെ ഒരപവാദമായി.

ഐൻസ്റ്റൈൻ മിലേവയെ പ്രേമിച്ചത് കുടുംബത്തിന് ഇഷ്ടമായില്ല. കുടുംബം എപ്പോഴും അവർക്കിഷ്ടപ്പെട്ടവരെ മാത്രമല്ലേ സ്വീകരിക്കാൻ തയ്യാറാകൂ. കൂടുതൽ എതിർത്തത് ഐൻസ്റ്റൈനിന്റെ അമ്മ, പോളിനായിരുന്നു. അതിന് പല കാരണങ്ങളുണ്ട്. അവയിലൊന്ന് മിലേവയുടെ പ്രായമാണ്. ഐൻസ്റ്റൈനിനേക്കാൾ മിലേവയ്ക്ക് മൂന്നു വയസ്സ് കൂടുതലുണ്ട്.

"നിനക്ക് മുപ്പതാകുമ്പോൾ അവൾ മുത്തുക്കിയായിട്ടുണ്ടാകും," പോളിൻ ഐൻസ്റ്റൈനിനോട് പറഞ്ഞു. "തറവാട്ടിൽ കേറ്റാൻ കൊള്ളാത്ത പെണ്ണാണ്."

മിലേവ യഹൂദിയല്ല; ജർമ്മനിക്കാരിപോല്യമല്ല; കാലിൽ ചെറിയ മുടന്തുണ്ട്; പോരാത്തതിന്, ബുദ്ധിജീവിയും. പോരേ പൂരം!

1901-ലായിരിക്കണം ഐൻസ്റ്റൈനും മിലേവയും വിവാഹിത രാകാൻ തീരുമാനിച്ചത്. പക്ഷേ, വിവാഹച്ചടങ്ങ് നടന്നത് 1903-ലാണ്; ഐൻസ്റ്റൈനിന്റെ അച്ഛൻ മരിച്ച് കുറച്ചാഴ്ചകൾക്കുശേഷം. വിവാഹത്തോട് "ഒരെതിർപ്പ്" ഉള്ളതായി തനിക്ക തോന്നാറുണ്ടെന്ന് പിൽക്കാലത്ത് ഐൻസ്റ്റൈൻ പറഞ്ഞിട്ടുണ്ട്. അത് കുറ്റബോധം കൊണ്ടാകാം; കുടുംബാഭിലാഷത്തിനെതിരെ നിന്നതുകൊണ്ടുള്ള അബോധമായ അസന്തോഷം കൊണ്ടാകാം; വീട്ടുകാര്യങ്ങളും ഉത്തരവാദിത്വങ്ങളുമില്ലാത്ത ഒരേകാന്തജീവിതം ഇഷ്ടപ്പെട്ടതുകൊ ണ്ടാകാം.

ദാമ്പത്യം സങ്കീർണ്ണമായ ഒരവസ്ഥയാണ്. ദമ്പതികളായവർക്കേ അതെന്തെന്ന് മനസ്സിലാകൂ. എന്തായാലും, ഇടക്കത്തിൽ മിലേവാ-ഐൻസ്റ്റൈൻ ദമ്പതികൾക്ക് വേണ്ടത്ര സന്തോഷമുണ്ടായിരുന്ന തായ് തോന്നി. 1904- മേയിൽ അവർക്കൊരു ആൺകുട്ടി ജനിച്ചു: എഡ്വേഡ്. 1910-ൽ വീണ്ടുമൊരു ആൺകുട്ടിയുണ്ടായി: ഹാൻസ് ആൽബർട്ട്.

വീട്ട നോക്കിനടത്തുന്നതിനൊപ്പം, ഐൻസ്റ്റൈനിനെ മിലേവ ഗവേഷണത്തിൽ സഹായിക്കുമായിരുന്നു.

അദ്ദേഹത്തിന്റെ ശാസ്ത്രസിദ്ധാന്തങ്ങളും പരീക്ഷണങ്ങളും വികസി പ്പിക്കുന്നതിൽ മിലേവയ്ക്ക് സാരമായ പങ്കുണ്ട്. ഐൻസ്റ്റൈൻ അതു സമ്മതിച്ചിട്ടുമുണ്ട്. അവരുടെ ജീവിതം ഏതു മഹാനു പിന്നിലും ഒരു

 ആപേക്ഷികതയുടെ ആശാൻ

സ്ത്രീയുണ്ടായിരിക്കുമെന്ന ചൊല്ല് സാർത്ഥകമാക്കുന്നതായിരുന്നു.

ഒരിക്കലും ഐൻസ്റ്റൈനിനൊപ്പം തന്റെ പേരുകൂടി ചേർക്കാൻ മിലേവ കൂട്ടാക്കിയിരുന്നില്ല. അതേപ്പറ്റി ഒരിക്കലൊരോ ചോദിച്ച പ്പോൾ അവർ പറഞ്ഞു:

"Warum? Wer beide sind nur en Stein: (എന്തിന്? ഞങ്ങൾ രണ്ടും ഒരേ (stein) കല്ലല്ലേ?")

ജർമ്മനിൽ Stein (സ്റ്റൈൻ) എന്ന വാക്കിന് കല്ല് (stone) എന്നാ ണർത്ഥം. ഐൻസ്റ്റൈൻ പിന്നീട് പ്രശസ്തിയിലേക്ക് കുതിച്ചപ്പോൾ മിലേവ, പക്ഷേ, പറഞ്ഞു:

"പ്രശസ്തികൊണ്ട് അങ്ങേരുടെ മനുഷ്യത്വത്തിന് കോട്ടം തട്ടാതി രുന്നാൽ നന്ന്... പ്രശസ്തിയൊക്കെയായപ്പോൾ, ഭാര്യയ്ക്കൊപ്പം ചെലവഴിക്കാൻ അങ്ങേർക്ക് സമയമില്ലാതായി... എന്താ പറയുക, പ്രശസ്തികൊണ്ട് ഒരാൾക്ക് മുത്തം, മറ്റുള്ളവർക്ക് അതിന്റെ ചിപ്പിയു മാണ് കിട്ടുന്നത്."

1912-ൽ, ബെർലിനിലേക്ക് താമസംമാറ്റിയ ഐൻസ്റ്റൈൻ കുടും ബത്തിലേക്ക് ഒരു വിരുന്നുകാരി വന്നു: ഐൻസ്റ്റൈനിന്റെ മച്ചുനച്ചി എൽസാ ലോവെന്താൾ (Elsa Lowenthal). എൽസയുമായി

മിലേവയും മക്കളും. ഇടത്ത് എഡ്വേഡ്, വലത്ത് ഹാൻസ് ആൽബർട്ട്

ഐൻസ്റ്റൈൻ രഹസ്യപ്രേമത്തിലായി. രണ്ടു കൊല്ലത്തോളം അവർ രഹസ്യമായ് പ്രേമലേഖനങ്ങൾ കൈമാറി. പൂച്ച് പുറത്തായപ്പോൾ ഐൻസ്റ്റൈനിന്റെ ദാമ്പത്യം താറുമാറായി. അത് പ്രതീക്ഷിക്കാവു ന്നതാണല്ലോ. 1914-ജൂലായിൽ മിലേവ മക്കളെയുംകൊണ്ട് സൂറിച്ചി ലേക്ക് മാറി. അവർക്ക് വിവാഹമോചനത്തിന് സമ്മതമായിരുന്നു. പക്ഷേ, അവരൊരു വ്യവസ്ഥ വെച്ചു:

"എന്നെങ്കിലും നിങ്ങൾക്ക് നോബൽ സമ്മാനം കിട്ടുകയാണെ ങ്കിൽ, അതിന്റെ കാശ് എനിക്കുള്ളതായിരിക്കും."

സമ്മാനം കിട്ടിയപ്പോൾ ഐൻസ്റ്റൈൻ കാശ് മിലേവക്ക തന്നെയാണ് നൽകിയത്. അതുകൊണ്ട് അവർ രണ്ടു ചെറിയ വീടുകൾ വാങ്ങി. അതിൽനിന്നുള്ള വരുമാനം കൊണ്ടാണ് അവർ പിന്നീട് ജീവിച്ചത്. ഐൻസ്റ്റൈൻ ജീവനാംശം (alimony) അയക്ക മായിരുന്നെങ്കിലും, അത് മുറയ്ക്കുണ്ടായിരുന്നില്ല.

വിസ്മയവത്സരം

ചങ്ങാത്തം പ്രേമത്തിലേക്കും, പ്രേമം ദാമ്പത്യത്തിലേക്കും പുരോ ഗമിക്കേ, ഐൻസ്റ്റൈൻ സർഗ്ഗശേഷിയുടെ കൊടുമുടി കയറു കയായിരുന്നു. 1903-ൽ അദ്ദേഹം മറ്റ രണ്ടു ശാസ്ത്രജ്ഞന്മാർക്കൊപ്പം ഒരു "അക്കാദമി" രൂപീകരിച്ചു; പതിവായി ഭൗതികശാസ്ത്രവും, തത്ത്വ ശാസ്ത്രവും, സാഹിത്യവും ചർച്ചചെയ്യാനുള്ള ഒരു ക്ലബ്ബ്. മൂന്നുപേരും ആഹാരം കഴിച്ചതും ക്ലബ്ബിലാണ്. ലളിതമായ ഭക്ഷണം: സോസേജ്, ചീസ്, പഴങ്ങൾ, പിന്നെ ചായയും. അവ സന്തോഷത്തിന്റെ ദിവസ ങ്ങളായിരുന്നു. നല്ല ശമ്പളമുള്ള ജോലി, സഹായിക്കാൻ മനസ്സുള്ള സുഹൃദ്വലയം, ഗവേഷണത്തിൽ പങ്കാളിയായ ബുദ്ധിശാലിയായ ഭാര്യ, നവാഗതനായ കുഞ്ഞു മകൻ- എല്ലാംകൊണ്ടും ഐൻസ്റ്റൈൻ ആത്മവിശ്വാസവും ആത്മസംതൃപ്തിയുള്ളവനുമായി. അദ്ദേഹം ലോകത്തെ മാറ്റിമറിക്കാൻ പ്രാപ്തമായ ഒരു പറ്റം അമ്പരപ്പിക്കുന്ന നൂതനാശയങ്ങൾ മുന്നോട്ടുവെക്കാൻ തുടങ്ങി.

1905- ആയതോടെ, ഈ ആശയങ്ങൾ അദ്ദേഹം ബാഹ്യ ലോകത്തിനു മുന്നിൽ അവതരിപ്പിക്കാൻ ആരംഭിച്ചു. ആ വർഷം നാലു ലേഖനങ്ങളാണ് അദ്ദേഹം പ്രസിദ്ധീകരിച്ചത്. അവയെല്ലാം Annalen der Physik (Annals of Physics - ഭൗതികശാസ്ത്രവാർ ഷികചരിത്രം) എന്ന മാസികയിലാണ് പ്രത്യക്ഷപ്പെട്ടത്. ഐതിഹാ സികമായ ഈ ലേഖനങ്ങളാണ് ആധുനിക ഭൗതികശാസ്ത്രത്തിന്റെ അടിത്തറയായ് മാറിയത്. ഐൻസ്റ്റൈന്റെ ശാസ്ത്രസംബന്ധിയായ ഈ കണ്ടുപിടുത്തങ്ങളുടെ വർഷത്തെ "വിസ്മയവത്സരം" എന്നാണ്

The Photoelectric Effect

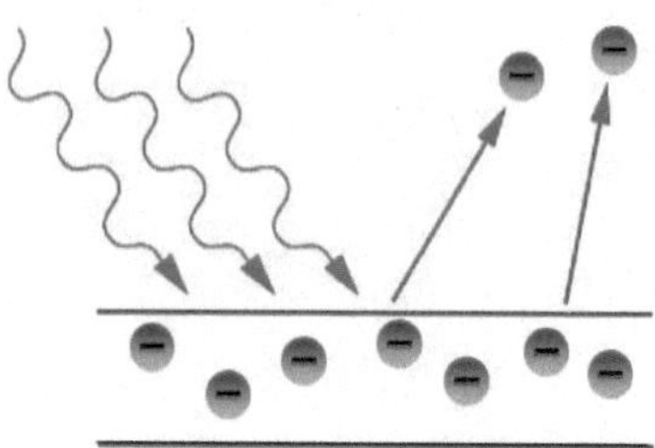

It's been determined experimentally that when _light_ (a photon of energy) strikes a metal plate, _electrons_ will be ejected from the metal.

The energy does **work** to remove electrons from metal. The work energy is converted into **kinetic energy** of the ejected electrons.

ചരിത്രകാരന്മാർ വിളിക്കുന്നത്- മുമ്പ് 1666-നെ മറ്റൊരു ശാസ്ത്രപ്ര തിഭയായ ഐസക് ന്യൂട്ടന്റെ "വിസ്മയ വത്സരം" എന്ന വിളിച്ചതു പോലെ.

ഐൻസ്റ്റൈൻ തന്റെ ചിന്തകൾ ഗണിതസൂത്രവാക്യങ്ങളായാണ് ഈ ലേഖനങ്ങളിൽ പ്രകടിപ്പിച്ചത്. ആശയങ്ങൾക്ക് വ്യക്തതയും കൃത്യതയും നൽകാൻ സൂത്രവാക്യങ്ങൾ സഹായിക്കുമല്ലോ. പക്ഷേ, ഐൻസ്റ്റൈന്റെ ഗണിതവാക്യങ്ങൾ സങ്കീർണ്ണമാണ്. നമ്മെപ്പോ ലുള്ള സാധാരണ മനുഷ്യർക്ക് അവ മനസ്സിലാക്കാൻ ഏറെ പ്രയാ സമാണ്. ഐൻസ്റ്റൈന്റെ കണ്ടുപിടുത്തങ്ങൾ മനസ്സിലാക്കാനും, അവയുടെ പ്രാധാന്യത്തെ ആദരിക്കാനും നമുക്ക് വാക്കുകളേ ശരണമായിട്ടുള്ളൂ.

വിസ്മയവർഷത്തിലെ ലേഖനങ്ങളിലൊന്ന് പ്രകാശത്തിന്റെ സ്വ ഭാവത്തെക്കുറിച്ചുള്ളതാണ്. പ്രകാശം തരംഗരൂപിയാണെന്നാണ് അതുവരെ വിശ്വസിക്കപ്പെട്ടിരുന്നത്: അനുസ്യുതമായ തരംഗമാ യാണ് പ്രകാശത്തിന്റെ പ്രവാഹം. എന്നാൽ, പ്രകാശം അങ്ങനെയ ല്ലെന്നാണ് ഐൻസ്റ്റൈൻ സ്ഥാപിച്ചത്. തരംഗമായല്ലാ, കണങ്ങൾ

  ആപേക്ഷികതയുടെ ആശാൻ

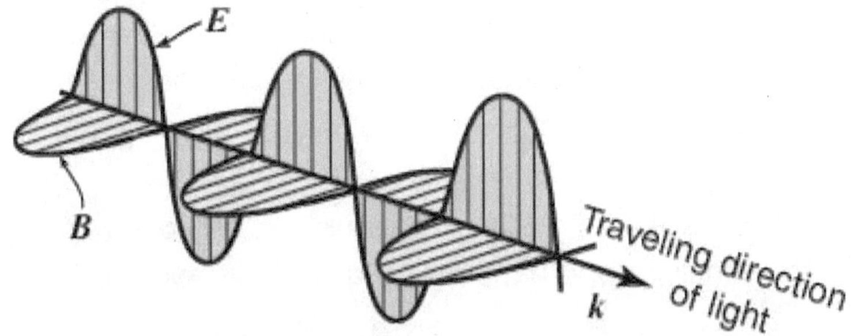

(particles) ആയാണ് പ്രകാശത്തിന്റെ സഞ്ചാരം. ഈ കണങ്ങളുടെ കെട്ടുകളെ അദ്ദേഹം ക്വാണ്ട (quanta) എന്ന വിളിച്ചു (ക്വാണ്ടം എന്ന് ഏകവചനത്തിൽ; ക്വാണ്ട എന്ന് ബഹുവചനത്തിൽ). പിന്നീട്, ഈ പ്രകാശകണങ്ങൾക്ക് ഫോട്ടോൺ (photon) എന്ന പേരു കിട്ടി.

ക്വാണ്ട(കണങ്ങൾ)യായിട്ടാണ് പ്രകാശമുള്ളതെന്ന ആശയത്തെ ശാസ്ത്രലോകം ഒന്നടങ്കം ആദ്യം നിരസിക്കുകയാണുണ്ടായത്. 1919-ൽ, പരീക്ഷണങ്ങൾ ഐൻസ്റ്റൈൻ ശരിയാണെന്ന് തെളിയി ച്ചപ്പോഴാണ് ഫോട്ടോൺ എന്ന ഈ ആശയം സ്വീകാര്യമായത്. ഇന്ന് ആധുനികശാസ്ത്രത്തിന്റെ അടിസ്ഥാന ഘടകങ്ങളിലൊന്ന് ഫോട്ടോണാണ്. 1921-ൽ ഐൻസ്റ്റൈന് നോബൽ സമ്മാനം കിട്ടിയപ്പോൾ, ഫോട്ടോൺ പ്രത്യേക പരാമർശത്തിന് പാത്രമായി. ഇനിപ്പോൾ, പ്രകാശം ഒരേ സമയം തരംഗവും കണങ്ങളുമാണെ ന്നാണ് തെളിയിക്കപ്പെട്ടിരിക്കുന്നത്. അത് രസകരമായ മറ്റൊരു കാര്യം.

ഐൻസ്റ്റൈന്റെ രണ്ടാമത്തെ പ്രബന്ധം തന്മാത്രകളെയും പരമാ ണുക്കളെയും കുറിച്ചുള്ളതാണ്. തന്മാത്രകളും പരമാണുക്കളും സാങ്കല്പി കമല്ല, ശരിക്കുമുള്ളതാണെന്ന് അദ്ദേഹം തെളിയിച്ചു. മൂന്നാം പ്രബന്ധ മാണ്, പിന്നീട്, "സവിശേഷ ആപേക്ഷികത" (Special Relativity) എന്ന പേരിൽ അറിയപ്പെട്ടത്. വിപ്ലവാത്മകമായ ഈ സിദ്ധാന്ത ത്തിലേക്ക് കടക്കുന്നതിനുമുമ്പ് ഐൻസ്റ്റൈനു മുമ്പുള്ളവർ ഭൗതിക ശാസ്ത്രനിയമങ്ങളെക്കുറിച്ച് എന്താണ് മനസ്സിലാക്കിയിരുന്നതെന്ന്

പഠിക്കുന്നത് നന്നായിരിക്കും. ഐൻസ്റ്റൈന മുമ്പ്, പതിനേഴാം നൂറ്റാണ്ടിൽ, ജീവിച്ചിരുന്ന ഐസക് ന്യൂട്ടൺ എന്ന മഹാപ്രതിഭയുടെ പ്രമാണങ്ങളാണ് അവയിൽ പ്രധാനം. അരയാലിന് കീഴെയിരുന്ന് ബുദ്ധന് ജ്ഞാനോദയമുണ്ടായതുപോലെ, ആപ്പിൾ തലയിൽ വീണ് ബോധോദയമുണ്ടായ ന്യൂട്ടണെക്കുറിച്ച് കേട്ടിട്ടില്ലേ? അദ്ദേഹത്തെ യാണ് ഉദ്ദേശിച്ചത്; 1666- വിസ്മയവത്സരമാക്കിയ ആൾ.

മിലേവയുടെ കഥ ശോകാന്തമാണെങ്കിലും, ഐൻസ്റ്റൈനിന്റെ ഗവേഷണങ്ങൾക്കുള്ള അവരുടെ സംഭാവന മഹത്തരമാണ്.

     ആപേക്ഷികതയുടെ ആശാൻ

ന്യൂട്ടന്റെ നിയമങ്ങൾ

ന്യൂട്ടന്റെ ആപ്പിൾക്കഥ "തള്ള്" (വീമ്പിളക്കൽ) ആണെന്ന് പറയു ന്നവരുണ്ട്. അതെന്തായാലും, ആപ്പിൾ തലയിൽ വീണിട്ടാ യാലും അല്ലെങ്കിലും, ന്യൂട്ടൺ ഒരു കൂട്ടം നിയമങ്ങൾ ഉണ്ടാക്കി. ഈ നിയമങ്ങൾ അനുസരിക്കുന്നവയാണ് പ്രപഞ്ചത്തിലെ സകല വസ്തു ക്കളുമെന്ന് അദ്ദേഹം കാര്യകാരണസഹിതം, ഗണിതാത്മകമായ, വിശദീകരിച്ചു. ന്യൂട്ടന്റെ നിയമങ്ങൾ എപ്പോഴും ശരിയായിരിക്കുമോ എന്ന സംശയം ഐൻസ്റ്റൈനു മുമ്പുള്ള ശാസ്ത്രജ്ഞന്മാർക്കുണ്ടായിരു ന്നു. അവർ അവയെ ചോദ്യം ചെയ്യതുമാണ്. പക്ഷേ, ന്യൂട്ടന്റെ നിയമ ങ്ങൾക്ക് പകരമായ് ഒരു സിദ്ധാന്തവും അവർക്ക് അവതരിപ്പിക്കാൻ കഴിഞ്ഞില്ല.

ന്യൂട്ടൺ ഉണ്ടാക്കിയ നിയമങ്ങളിൽ പ്രധാനപ്പെട്ടവ ചലനത്തെ ക്കുറിച്ചും ഗുരുത്വാകർഷണത്തെക്കുറിച്ചുമുള്ളവയാണ്. ഒരു ബലം (അതായത്, ഉന്ത് – "push") എങ്ങനെയാണ് ആ ബലം കൊണ്ടുന്ന ന്ന ഒരു വസ്തുവെ ബാധിക്കുന്നതെന്നാണ് ന്യൂട്ടന്റെ ചലനനിയമങ്ങൾ വിശദീകരിക്കുന്നത്; ഉന്തുന്ന ബലത്തിന്റെ ആക്കത്തിനനുസരിച്ച് ആ വസ്തുവിന്റെ വേഗം വർദ്ധിക്കുന്നതെങ്ങനെയെന്നും അദ്ദേഹം വിശദമാക്കി.

ഗുരുത്വാകർഷണബലത്തെക്കുറിച്ചുള്ളതാണ് ന്യൂട്ടന്റെ മറ്റൊരു നിയമം. അതു പ്രകാരം, പ്രപഞ്ചത്തിലെ ഓരോ വസ്തുവും മറ്റൊരു വസ്തുവിനെ "ഗ്രാവിറ്റി" (gravity - ഗുരുത്വാകർഷണം) എന്നൊരു

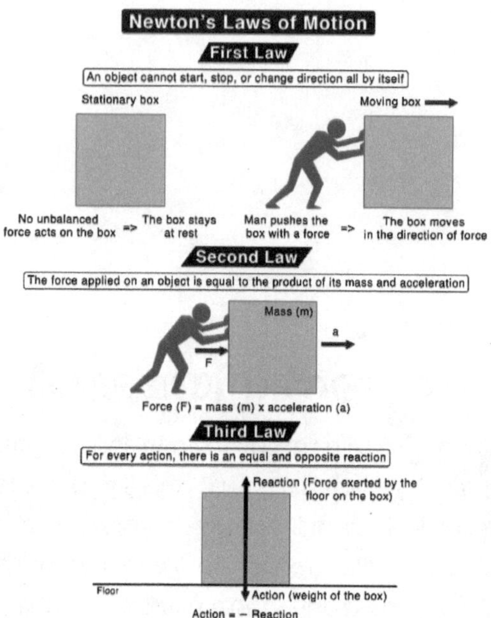

ബലത്താൽ ആകർഷിക്കുന്നതാണ്. ഈ ആകർഷണം വസ്തുവിന്റെ "പിണ്ഡ"ത്തെ (മാസ് - mass) ആശ്രയിച്ചിരിക്കും (വസ്തുവിൽ അടങ്ങിയിരിക്കുന്ന ദ്രവ്യത്തിന്റെ അളവിനെയും ചലിക്കുന്നതിനെതിരെയുള്ള അതിന്റെ പ്രതിരോധത്തെയും ചേർത്താണ് പിണ്ഡം/മാസ് നിർവചിക്കപ്പെട്ടുന്നത്). വസ്തു വലുതാകുന്നതിനനുസരിച്ച് (അതായത്, പിണ്ഡം കൂടുന്നതിനനുസരിച്ച്) മറ്റ വസ്തുക്കളിൽ അതു ചെലുത്തുന്ന ബലവും/ആകർഷണവും കൂടും.

പ്രപഞ്ചത്തിലെ ഓരോ വസ്തുവും മറ്റ വസ്തുക്കളെ ഇങ്ങനെ ആകർഷിക്കുകയും തള്ളുകയും ചെയ്യുന്നവെന്ന് പറഞ്ഞാൽ എന്താ അതിന്റെ അർത്ഥം? പ്രപഞ്ചം എപ്പോഴും ചഞ്ചലമാണെന്നല്ലേ? അതേ, ന്യൂട്ടന്റെ പ്രപഞ്ചത്തിൽ നിശ്ചലതയെന്നൊന്നില്ല. പ്രപഞ്ചത്തിലെ സകലതും ഒന്നുകിൽ വേഗമാർജ്ജിക്കുന്നു, അല്ലെങ്കിൽ മന്ദതയാർജ്ജിക്കുന്നു. ഒന്നും നിശ്ചലമായിരിക്കുന്നില്ല. ഭൂമിയുടെ കാര്യം പറയുകയേ വേണ്ട. ഭൂമി മത്ത പിടിച്ച കറങ്ങിക്കൊണ്ടേയിരിക്കുന്ന; ഭൂമിയിലെ വസ്തുക്കളും അന്യോന്യം കറക്കിക്കൊണ്ടിരിക്കുന്നു.

     ആപേക്ഷികതയുടെ ആശാൻ

കേൾക്കുമ്പോൾ ഇത് വിശ്വസിക്കാൻ പ്രയാസമുണ്ടാകാം, അല്ലേ? എന്നാൽ, ഈ നിയമങ്ങൾ ശാസ്ത്രത്തിന് സഹായകമായി. പ്രപഞ്ച ത്തിൽ സംഭവങ്ങൾ എങ്ങനെയാണ് സംഭവിക്കുന്നതെന്ന് വിശദീക രിക്കാൻ ഇവ സഹായിച്ചു. വസ്തുക്കൾക്കിടയിൽ (ഉദാഹരണത്തിന്, ഒരു ബ്യള്ളറ്റും അതിന്റെ ലക്ഷ്യവും) പ്രവർത്തിക്കുന്ന ശക്തികളെ/ ബലങ്ങളെ കൃത്യമായി അളക്കാൻ കഴിയുമെന്നായി. അളക്കുന്നയാൾ (സംഭവത്തിന്റെ നിരീക്ഷകൻ) എവിടെ നിൽക്കുന്നുവെന്നത് ഒരു പ്രശ്നമേയല്ല.

ന്യൂട്ടന്റെ ഗുരുത്വാകർഷണ നിയമത്തെ പിന്നീട് വന്ന ശാസ്ത്ര ജ്ഞർ പ്രപഞ്ചത്തിലെ പല കാര്യങ്ങളെയും വിശദീകരിക്കുന്നതിന് ഉപയോഗിച്ചു. എന്തു കൊണ്ടാണ് ഭൂമിയും അന്യഗ്രഹങ്ങളും സൂര്യനെ പ്രദക്ഷിണം ചെയ്യുന്നത്? ചന്ദ്രൻ എന്തു കൊണ്ടാണ് ഭൂമിയെ ചുറ്റ ന്നത്? ആപ്പിൾ ആകാശത്തേക്ക് പോകാതെ, ഭൂമിയിലേക്കുതന്നെ

വീഴുന്നതെന്തെകൊണ്ട്? ഇങ്ങനെയുള്ള നിരവധി ചോദ്യങ്ങൾക്ക് സമാധാനമായി. എങ്കിലും, ഇതേ നിയമങ്ങൾ ശാസ്ത്രജ്ഞരുടെ മുന്നിലേക്ക് പുതിയ പ്രശ്ലങ്ങൾ കൊണ്ടുവന്നു. ഒന്നും ഒരിക്കലും നിശ്ച ലമായിരിക്കുന്നില്ലെങ്കിൽ, എല്ലാം നിരന്തര സഞ്ചാരത്തിലാണെ ങ്കിൽ, രണ്ട് വസ്തുക്കൾക്കിടയിലുള്ള ദൂരം നമുക്കെങ്ങനെ കൃത്യമായ് അളക്കാൻ പറ്റും? രണ്ട് സംഭവങ്ങൾക്കിടയിലെ കാലം/സമയം എങ്ങനെ കൃത്യമായ് തിട്ടപ്പെടുത്തും? ഒരു വസ്തു മറ്റൊരു വസ്തുവിന് ആപേക്ഷികമായ് നീങ്ങുന്നതു മാത്രമല്ലേ നമുക്ക് അളക്കാൻ പറ്റൂ?

മുകളിൽ കൊടുത്ത ചിത്രങ്ങൾ ശ്രദ്ധിക്കാമോ? ആദ്യത്തെ ചിത്രത്തിൽ കാണുന്ന വിമാനത്തിന്റെ വേഗം നമുക്ക് കാർ A യുടെ, അല്ലെങ്കിൽ കാർ B യുടെ വേഗത്തിനനുസരിച്ച് (അതായത്, അവയ്ക്ക് ആപേക്ഷികമായി) കണക്കാക്കാം. വിമാനത്തിന്റെ ആപേക്ഷിക വേഗം മാറുന്നത് നമുക്ക് കാണാമല്ലോ? 700 km/h വേഗമുള്ള വിമാ നത്തിന്റെ വേഗം, കാർ A യിൽ നിന്ന് നോക്കുമ്പോൾ 630 km/h ആണ്; കാർ B യിൽ നിന്ന് നോക്കുമ്പോഴോ, വിമാനവേഗം 600 km/h ആയി മാറുന്നു.

ഇനി വാഹനങ്ങൾക്കു കീഴെയുള്ള ചിത്രം നോക്കാമോ? എല്ലാ നിരീക്ഷകർക്കും, അവർ നിശ്ചലതലത്തിലായിരിക്കേ, അല്ലെങ്കിൽ ഒരേ വേഗത്തിൽ സഞ്ചരിക്കുമ്പോൾ, ഭൗതികനിയമങ്ങൾ ഒന്നാ ണെന്നാണ് സിദ്ധാന്തം. അങ്ങനെവരുമ്പോൾ,ഒരു മുറിയിലായാലും വേഗത്തിലോടുന്ന വണ്ടിയിലായാലും പന്തു വീഴുക ഒരേ രീതിയിലായി രിക്കും. പക്ഷേ, ലോകത്തിലെല്ലാം ചലിക്കുകയല്ലേ? അതും, വേഗം കൂടിയും കുറഞ്ഞും?.

   ആപേക്ഷികതയുടെ ആശാൻ

റൊട്ടിയും കൊള്ളയും അഥവാ, സ്ഥലവും കാലവും

ന്യൂട്ടന്റെ ആശയങ്ങൾ ന്യൂട്ടനു തന്നെ അത്ര പിടിച്ചിരുന്നില്ല. ഭൂമിയിൽ നടക്കുന്ന ഒരു സംഭവത്തിന്റെ കൃത്യമായ സ്ഥലം അളന്നു കണ്ടെത്താൻ കഴിയുമെന്നാണ് അദ്ദേഹം മരിക്കും വരെ വിശ്വസിച്ചത്; അതുപോലെ, രണ്ടു സംഭവങ്ങൾക്കിടയിലെ കാലയളവും കൃത്യമായി അളക്കാമെന്നും. അതിനു മതിയായ നീളമുള്ള ഒരളവുകോലും, കൃത്യ സമയം കാട്ടുന്ന ഒരു ഘടികാരവുമുണ്ടായാൽ മാത്രം മതി. ഇങ്ങനെ അളന്നുകിട്ടുന്ന സ്ഥലത്തെ ന്യൂട്ടൻ "കേവല" സ്ഥലം (absolute space) എന്നും, സമയത്തെ "കേവല" സമയം (absolute time) എന്നുമാണ് വിളിച്ചത്. "കേവലം" എന്നതുകൊണ്ട് "ആപേക്ഷികമല്ലാത്തത്", അല്ലെങ്കിൽ "താരതമ്യത്തില്ലൂടെയല്ലാ ത്ത്" എന്നാണ് ഉദ്ദേശിക്കുന്നത്.

സ്ഥലകാലങ്ങളെ ഇങ്ങനെ കേവലമായ് (ആപേക്ഷികമാ യല്ലാതെ) അളക്കാൻ കഴിയുമെന്ന അനുമാനം സത്യമാണെന്ന് തോന്നാം. കാരണം, അതു സാമാന്യബുദ്ധിക്ക് നിരക്കുന്നതാണല്ലോ. എന്നാൽ, വാസ്തവത്തിൽ, അതു ശരിയല്ല. ഈ അനുമാനങ്ങളെ ഐൻസ്റ്റൈൻ ചോദ്യം ചെയ്തു. നിലവിലിരിക്കുന്ന അനുമാനങ്ങളെയും വിശ്വാസങ്ങളെയും സിദ്ധാന്തങ്ങളെയും ചോദ്യം ചെയ്തുകൊണ്ടാണ ല്ലോ ശാസ്ത്രം വളരുന്നത്. യഥാർത്ഥലോകത്തിൽ ശരിക്കും എന്താണ് സംഭവിക്കുന്നതെന്ന് കൂടുതൽ കൃത്യമായ് തിട്ടപ്പെടുത്താനുള്ള ഒരു പുതിയമാർഗ്ഗം ഐൻസ്റ്റൈൻ നിർദ്ദേശിച്ചു.

ഒരു തീവണ്ടി സങ്കൽപ്പിക്കുക. അത് റെയിൽപ്പാളത്തിലൂടെ ഒരു പ്രത്യേക വേഗത്തിൽ നീങ്ങുകയാണ്. അതിലെ വിശന്നിരിക്കുന്ന ഒരു യാത്രക്കാരൻ ഒരു റൊട്ടി കഴിക്കുന്നു. വണ്ടി ഒരു സ്റ്റേഷനിലൂടെ കടന്നുപോകുമ്പോഴാണ് അയാൾ റൊട്ടിയിൽ രണ്ടു കടി കടിക്കു ന്നത്. യാത്രക്കാരന്റെ ഭാഗത്തുനിന്ന് നമ്മൾ നോക്കിയാൽ, അയാളാ രണ്ടു കടിയും ഒരേ സ്ഥലത്തിരുന്നാണ് കടിച്ചത്. യാത്രയില്ലടനീളം, വണ്ടിയിലൂടെ അങ്ങുമിങ്ങും നടക്കാതെ, അയാൾ തന്റെ സീറ്റിൽ സ്വസ്ഥമായ് ഇരിക്കുകയായിരുന്നല്ലോ.

പക്ഷേ, വണ്ടി കടന്നുപോകുമ്പോൾ നമ്മളാ സ്റ്റേഷനിലെ പ്ലാ റ്റ്ഫോമിലാണുള്ളതെങ്കിലോ? വണ്ടി നമുക്കട്ടെത്തുമ്പോഴായിരി ക്കും അയാൾ റൊട്ടിയിൽ ആദ്യത്തെ കടി കൊടുത്തത്. ഒരു നിമിഷം കഴിഞ്ഞ്, രണ്ടാമത്തെ കടി കടിക്കുമ്പോഴേക്കും വണ്ടി പാളത്തിലൂടെ കുറച്ച ദൂരം പിന്നിട്ടുണ്ടാകും. നമ്മളെ സംബന്ധിച്ച്, യാത്രക്കാരന്റെ രണ്ടുകടികളും രണ്ടു സ്ഥലത്തായിട്ടാണ് കാണപ്പെടുക. ആദ്യത്തെ കടിക്കും രണ്ടാമത്തെ കടിക്കുമിടയിൽ കുറേ മീറ്ററുകളുടെ ദൂരമുണ്ട്.

അങ്ങനെ നോക്കുമ്പോൾ, യാത്രക്കാരൻ രണ്ടാമത് റൊട്ടിയിൽ കടിച്ചതേത് സ്ഥലത്തുവെച്ചാണെന്ന് നമുക്ക് കൃത്യമായെങ്ങനെ അളക്കാൻ പറ്റും? അനങ്ങാതെ ഒരേ സ്ഥലത്തിരുന്നാണോ അയാളാ

     ആപേക്ഷികതയുടെ ആശാൻ

രണ്ടു കടിയും കടിച്ചത്? അതോ, രണ്ടു കടിയും കടിച്ചത് പരസ്പരം ദൂര ത്തിലിരിക്കുന്ന രണ്ടുസ്ഥലത്തിരുന്നാണോ? റൊട്ടിയുടെ "യഥാർത്ഥ" സ്ഥാനം എവിടെയാണെന്ന് ആർക്കാണ് പറയാൻ കഴിയുക? വണ്ടിയിലുള്ള യാത്രക്കാരനോ, പ്ലാറ്റ്ഫോമിലുള്ള നമുക്കോ?

ഇവിടെയാണ് ഐൻസ്റ്റൈൻ സഹായത്തിനെത്തുന്നത്. അദ്ദേ ഹത്തിന്റെ അഭിപ്രായത്തിൽ, പ്രശ്നം നമ്മുടെ കാണലിലാണ്. കാഴ്ചയിൽ വിളംബമില്ലെങ്കിൽ (കാണുന്നത് ഉടനടിയാണെങ്കിൽ) ഈ പ്രശ്നമുദിക്കില്ല. രണ്ടാമത്തെ കടി എവിടെവെച്ചാണ് കടിച്ചതെ ന്ന് കൃത്യമായ്അറയാം. പക്ഷേ, സംഗതി കാണുന്നതിന് നമുക്ക് പ്രകാ ശരശ്മികളുടെ സഹായം വേണമല്ലോ. പ്രകാശത്തിന്റെ വേഗമാകട്ടെ സ്ഥിരമാണ് താനും. എവിടെയെങ്കിലും നടക്കുന്ന ഒരു സംഭവത്തെ വിവരിക്കുന്നതിന് ആ സംഭവം കാണുന്ന ആളെക്കൂടി (നിരീക്ഷകൻ) ഉൾപ്പെടുത്താതെ പറ്റില്ല. അപ്പോൾ, "കേവല" സ്ഥലം എന്നൊന്നി ല്ലെന്ന് പറയേണ്ടി വരും.

ഇനി നമുക്ക് മറ്റൊരു തീവണ്ടി മനസ്സിൽക്കാണാം. മന്ദഗതിയിൽ പോകുന്ന നീണ്ടൊരു വണ്ടി. അതിൽ നിറയെ വിലപിടിപ്പുള്ള പാഴ്സലു കളുണ്ട്; അവയ്ക്ക് കാവലായ് ഒരു ഗാർഡും. വണ്ടിയിൽ മുൻഭാഗത്ത്, സ്വാഭാവികമായും, ഡ്രൈവറുണ്ട്. വണ്ടിയുടെ നടുക്ക് ചില യാത്രക്കാ രുമുണ്ട്; അതായത്, ഗാർഡിനും ഡ്രൈവർക്കുമിടയിൽ.

സ്റ്റേഷൻ വിട്ടയുടൻ ഒരു സംഘം കൊള്ളക്കാർ വണ്ടി ആക്രമിക്ക ന്നു. അവർ പാളത്തിനടുത്ത് പലയിടങ്ങളിലായി നിലയുറപ്പിച്ചിരുന്നു. അവരിൽ രണ്ടുപേരുടെ കയ്യിൽ തോക്കുണ്ട്. ഇരുവരും ഒരേ സമയം ഡ്രൈവർക്കും ഗാർഡിനും മീതെ നിറയൊഴിക്കുന്നു.

വണ്ടിയുടെ നടുവിലുള്ള യാത്രക്കാർ കേൾക്കുന്നത് രണ്ടു വെടി യൊച്ചകളാണ്; രണ്ടും ഒരേ സമയത്ത്. അവർ പേടിച്ചരണ്ടുപോക ന്നു. പിന്നീട്, സംഭവം വിവരിക്കുമ്പോൾ, ഡ്രൈവർക്കും ഗാർഡിനും വെടിയേറ്റത് ഒരേ സമയത്താണെന്നാണ് അവർ പറയുന്നത്. അവർ സത്യമാണ് പറയുന്നത്. കാരണം, അങ്ങനെയാണവർ കേട്ടത്.

എന്നാൽ, വണ്ടി കടന്നുപോയപ്പോഴുണ്ടായിരുന്ന ടിക്കറ്റ് കലക്ടർ കേട്ടത് വെവ്വേറെയുള്ള രണ്ടു വെടിയൊച്ചകളാണ്; ഒന്നിനു പിറകേ ഒന്ന്. ആദ്യത്തെ ഒച്ച അയാൾ കേട്ടത് തനിക്കടുത്തുവെച്ചാണ്;

അതാണ് ഗാർഡിന് കൊണ്ടത്. രണ്ടാമത്തെ ശബ്ദം കുറച്ചകലത്തുനി ന്നാണ് കേട്ടത്; അതാണ് ഡ്രൈവർക്ക കിട്ടിയ വെടി. ഡ്രൈവർക്ക മുമ്പേ ഗാർഡിന് വെടികൊണ്ടു.

ഇവയിൽ ആരു പറയുന്നതാണ് ശരി? അതോ, രണ്ടു പേരും, യാത്രക്കാരും ടിക്കറ്റ് കലക്ടറും, ശരിയാണോ? അവർ കേട്ടതനുസരി ച്ച്, ഒരേ നിറയൊഴിക്കൽ വ്യത്യസ്ത കാലങ്ങളിലായാണ് സംഭവിച്ചത്. എന്താണിതിനർത്ഥം? ന്യൂട്ടന്റെ "കേവല" കാലം/ സമയം എന്ന സിദ്ധാന്തം തെറ്റാണെന്നല്ലേ? ഏതു സംഭവത്തിന്റേയും കൃത്യമായ (കേവലമായ) സമയം നമുക്ക് ഗണിക്കാനാവില്ലെന്നല്ലേ?.

വെളിച്ചം
ഒരു ബല്ലാത്ത പഹയൻ

1867- ഐൻസ്റ്റൈൻ ജനിക്കുന്നതിന് പന്ത്രണ്ട് വർഷം മുമ്പ്. അന്ന് അമേരിക്കയിൽ രണ്ട് ശാസ്ത്രജ്ഞന്മാരുണ്ടായിരുന്നു. ഒരാൾ, മോർലീ; മറ്റെയാൾ, മൈക്കിൾസൺ. അവരൊരു പരീക്ഷണം ആസൂത്രണം ചെയ്തു - വെളിച്ചത്തിന്റെ വേഗം നിശ്ചയിക്കാൻ. അക്കാലത്ത് അത് അത്യാവശ്യമായിരുന്നു. കാരണം, വെളിച്ചത്തിന്റെ വേഗം എപ്പോഴും ഒന്നാണെന്ന് വന്നാൽ, ലോകത്തിൽ ഒരു പ്രതിഭാസമെങ്കിലും സ്ഥിരമാണെന്ന് വരുമല്ലോ. അങ്ങനെയെങ്കിൽ, അതിനെ അപേക്ഷിച്ച് മറ്റ സംഭവങ്ങളുടെ സമയമോ ദൂരമോ കൃത്യമായ് തിട്ടപ്പെടുത്താൻ കഴിയുമല്ലോ. അല്ലെങ്കിൽ, സംഭവങ്ങളെല്ലാം കൃത്യമായ സ്ഥലകാലങ്ങളില്ലാത്ത അനുഭവങ്ങൾ മാത്രമായിരിക്കും. ഓരോ അനുഭവിയെയും അപേക്ഷിച്ചുള്ളതാകും സമയവും കാലവും. പരമാർത്ഥമായ് ("കേവല" സത്യമായ്) ഒന്നുമില്ലെന്നു വരും. നാട്ടിലെ പഴയ കാരണവന്മാർ പറയുമ്പോലെ, "എല്ലാം മായ"യാണെന്ന് പറയേണ്ടി വരും. അതുകൊണ്ട്, മോർലീ-മൈക്കിൾസൺ പരീക്ഷണം വളരെ പ്രധാനപ്പെട്ടതായി. പ്രകാശത്തിന്റെ വേഗം തീരുമാനിക്കാൻ മാത്രമല്ല, പ്രകാശം വിദൂരനക്ഷത്രങ്ങളിൽനിന്ന് "ശൂന്യ"മെന്ന് തോന്നിക്കുന്ന ആകാശത്തിലൂടെ നമ്മിലേക്കെങ്ങനെ സഞ്ചരിച്ചെത്തുന്നുവെന്ന് അറിയാൻകൂടി വേണ്ടിയാണ് മോർലീയും മൈക്കിൾസണും അവരുടെ പരീക്ഷണം രൂപപ്പെടുത്തിയത്.

ആൽബർട്ട് ഐൻസ്റ്റൈൻ

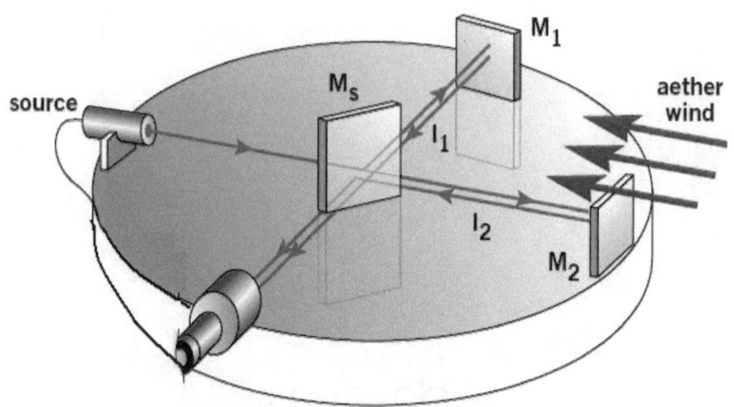

മൈക്കിൾസൺ-മോർലീ പരീക്ഷണം

മോർലീയും മൈക്കിൾസണും തങ്ങളുടെ പരീക്ഷണം മറ്റൊരു ശാസ്ത്രജ്ഞന്റെ നിരീക്ഷണങ്ങളുടെ അടിസ്ഥാനത്തിലാണ് തയ്യാറാ ക്കിയത്. ആ ശാസ്ത്രജ്ഞന്റെ പേരാണ് മാക്സ്വെൽ. വെളിച്ചത്തിന് എവിടെയും എപ്പോഴും ഒരേ വേഗമായിരിക്കണം എന്നദ്ദേഹം അനു മാനിച്ചു. "ഈഥർ" എന്ന വിളിക്കപ്പെട്ടന്ന ഒരു അദൃശ്യപദാർത്ഥത്തി ല്ലൂടെ തരംഗങ്ങളുണ്ടാക്കിക്കൊണ്ടാണ് വെളിച്ചം വരുന്നതെന്നാണ് അദ്ദേഹം വിചാരിച്ചത്. അദ്ദേഹമാണ്, 1865-ൽ, ആദ്യമായ് പ്രകാശ മുണ്ടാകുന്നതിനെക്കുറിച്ചുള്ള സമ്പൂർണ്ണസിദ്ധാന്തം അവതരിപ്പിച്ചത്. വെളിച്ചത്തിന്റെ വേഗമെത്രയാണെന്നും അദ്ദേഹം നിർദ്ദേശിച്ചു. പക്ഷേ, അതു തെളിയിക്കാൻ അദ്ദേഹത്തിനു പറ്റിയില്ല.

ആകാശത്തിലൂടെ വെളിച്ചം എങ്ങനെയാണ് സഞ്ചരിക്ക ന്നതെന്ന് ആർക്കും അറിഞ്ഞുകൂടായിരുന്നു. പ്രപഞ്ചം നിറയെ ഈഥറുണ്ടെന്നാണ് മോർലീയും മൈക്കിൾസണും വിശ്വസിച്ചത്. ഈഥറിന് എല്ലായിടത്തും ഒരേ പ്രകൃതമാണെങ്കിൽ അതിലൂടെ സഞ്ചരിക്കുന്ന പ്രകാശത്തിന് എപ്പോഴും ഒരേ വേഗമായിരിക്കണം. ഈ വേഗം എങ്ങനെ അളക്കാം? അതായിരുന്നു അവർക്ക് മുന്നിലെ പ്രശ്നം. ഈഥറിലൂടെ നീങ്ങുന്ന പ്രകാശത്തെ അളക്കാൻ ഒരുവൻ ഒരുങ്ങുമ്പോൾ, അവനും അതേ ഈഥറിലൂടെ നീങ്ങേണ്ടി വരുമല്ലോ. മറ്റൊരു കീറാമുട്ടി കൂടിയുണ്ട്. ഈഥർ എന്നൊരു സാധനമുണ്ടെങ്കിൽ, ഭൂമി അതിലൂടെ കറങ്ങുമ്പോൾ ഒരു "കാറ്റ്" ഉണ്ടാകില്ലേ? ആ കാറ്റ്

     ആപേക്ഷികതയുടെ ആശാൻ

മൈക്കിൾസൺ-മോർലീ

പ്രകാശരശ്മികളുടെ, അവ നീങ്ങുന്ന ദിശക്കനുസരിച്ച്, വേഗം കൂട്ടാനും കുറക്കാനും സാദ്ധ്യതയില്ലേ?

മോർലീയും മൈക്കിൾസണും നിരാശരായില്ല. അവർക്ക് നല്ലൊരാശയം തോന്നി. ഒരു കൂട്ടം കണ്ണാടികളില്ലൂടെ പ്രകാശരശ്മികൾ പ്രതിഫലിപ്പിക്കാൻ അവർ തീരുമാനിച്ചു. കണ്ണാടികളിൽ ചിലതിനെ ഈഥറില്ലൂടെ ഭൂമി തിരിയുന്ന ദിശയിലേക്ക് തിരിച്ചവെക്കും; മറ്റ ചിലതിനെ അതിന്റെ എതിർദിശയിലേക്കും. ഇനിയും ചിലതിനെ ഭൂമിയുടെ ചലനത്തിന് ലംബമായ് തിരിച്ച വെക്കും. ഈ വ്യത്യസ്ത ദിശകളിലേക്ക് ഈഥറില്ലൂടെ പോകാൻ പ്രകാശരശ്മികൾ എത്ര സമയമെടുക്കുമെന്ന് അവർ കണക്കുകൂട്ടും; അതിനു ശേഷം, ആ സമയങ്ങളെ താരതമ്യപ്പെടുത്തിനോക്കും. ഭൂമി കറങ്ങുന്ന അതേ ദിശയിൽ പോകുന്ന വെളിച്ചത്തിന്റെ വേഗം മറ്റ പ്രകാശരശ്മികളുടെ വേഗത്തേക്കാൾ കൂടുതലായിരിക്കുമെന്നാണ് അവർ പ്രതീക്ഷിച്ചത്. അതിന്റെ എതിർദിശയിൽ സഞ്ചരിക്കുന്ന വെളിച്ചത്തിന് വേഗം കുറയുമെന്നും അവർ പ്രതീക്ഷിച്ചു. ഈ പ്രതീക്ഷകൾ ശരിയായാൽ, മാക്സ്‌വെൽ മുന്നോട്ടുവെച്ച ഈഥർ സിദ്ധാന്തം ശരിയാണെന്ന് വരും. "ഈഥറെന്ന അദൃശ്യദ്രവ്യത്താൽ പൂരിതമീപ്രപഞ്ചം" എന്ന് പാടാൻ പറ്റും.

പക്ഷേ, മാക്സ്‌വെല്ലിന്റെ ഈഥർ അനുമാനം തെറ്റാണെന്ന് വെളിച്ചം തെളിയിച്ചു. മോർലീയേയും മൈക്കിൾസണ്ണിനേയും

അമ്പരപ്പിച്ചുകൊണ്ട് വെളിച്ചം സർവ്വദിശകളിലേക്കും ഒരേ വേഗത്തി
ലാണ് സഞ്ചരിച്ചത്. അവർ മാത്രമല്ല അമ്പരന്നത്. ലോകത്തിലെ
എല്ലാ ശാസ്ത്രജ്ഞന്മാരും ഒന്നടങ്കം അമ്പരന്നു. അപ്രതീക്ഷിതമായ
പരീക്ഷണഫലം അവരെയെല്ലാം കുഴക്കി. ഇതെങ്ങനെ വിശദീകരി
ക്കും? പരീക്ഷണത്തിൽ തെറ്റു പറ്റിയോ? മോർലീയുടെയും മൈക്കിൾ
സണ്ണിന്റെയും ക്ലോക്കുകൾ പണിമുടക്കിയോ? ഭൗതികശാസ്ത്രനിയ
മങ്ങൾ ശരിയല്ലെന്നു വരുമോ? എന്തു പറയണമെന്നറിയാതെ
ശാസ്ത്രജ്ഞന്മാർ കുഴങ്ങി.

1887-ൽ, ഈ അപ്രതീക്ഷിത പരീക്ഷണഫലത്തെ വിശദീകരി
ക്കുന്ന നിരവധി ശാസ്ത്രലേഖനങ്ങൾ പ്രത്യക്ഷപ്പെട്ടു. മാക്സ്‌വെല്ലിന്റെ
ഈഥർ സിദ്ധാന്തവും പ്രകാശത്തിന്റെ തരംഗസിദ്ധാന്തവും ചൂടുപി
ടിച്ച ചർച്ചകൾക്ക് വിഷയമായി. സൂറിച്ചിൽ പഠിച്ചുകൊണ്ടിരിക്കേ,
ഐൻസ്റ്റെനും മാക്സ്‌വെല്ലിനെക്കുറിച്ച് വായിച്ചിട്ടുണ്ടായിരുന്നു.
ഹെൻറിച്ച് വെബറുമായുള്ള അദ്ദേഹത്തിന്റെ കലഹം നിങ്ങൾ
ഓർക്കുന്നുണ്ടാകുമല്ലോ. വെബറുമായുള്ള അദ്ദേഹത്തിന്റെ കലഹ
ങ്ങൾക്കു കാരണങ്ങളിലൊന്ന് ഈ വിഷയമാണ്. ഇത്തരം പ്രശ്ന
ങ്ങളെക്കുറിച്ച് വിദ്യാർത്ഥികളെ വെബർ ഉദ്ബോധിപ്പിക്കേണ്ടതു
ണ്ടെന്നാണ് ഐൻസ്റ്റൈൻ വാദിച്ചത്. മോർലീ-മൈക്കിൾസൺ
പരീക്ഷണത്തെപ്പറ്റിയും ഐൻസ്റ്റൈൻ വായിച്ചിരുന്നു; അവരുടെ
പരീക്ഷണഫലത്തെ വിശദീകരിക്കാനുള്ള ശ്രമങ്ങളെപ്പറ്റിയും.

   ആപേക്ഷികതയുടെ ആശാൻ

പുതിയ നിയമം

പ്രപഞ്ചം നിറഞ്ഞു നിൽക്കുന്ന ഈഥർ എന്നൊന്നില്ലെന്നത് ശാസ്ത്രജ്ഞന്മാരെ ഇത്ര അമ്പരിപ്പിക്കേണ്ട കാര്യമെന്തെന്ന് ഇന്ന് നമ്മൾക്കു തോന്നിയേക്കാം. അമ്പരപ്പിന് കാരണമുണ്ട്. അക്കാലത്തെ ഭൗതികശാസ്ത്രത്തിലെ സുപ്രധാനമായ ഒരാശയമായിരുന്ന "ഈഥർ". ഒരു നൂറുകൊല്ലത്തിലധികമായി അവരീ പദാർത്ഥമുണ്ടെന്ന് തെളിയിക്കാൻ ശ്രമിക്കുന്നുണ്ടായിരുന്നു. ഈഥർ ഇല്ലെന്ന് പറയാൻ വല്ലാത്ത തന്റേടം വേണം. ഈഥർ ഇല്ലാതാവുന്നതോടെ ഭൗതികശാസ്ത്രത്തിന്റെ വഴിതന്നെ തിരിഞ്ഞുപോകും. പ്രപഞ്ചത്തിന് ഈഥറിന്റെ ഉടുപ്പില്ലെന്ന് പറയാൻ ശാസ്ത്രജ്ഞന്മാർക്ക് ധൈര്യമില്ലായിരുന്നു. "രാജാവ് നഗ്നനാണെ"ന്ന് ആരു വിളിച്ചു പറയും? അതിന് ഒരു കുട്ടിയുടെ നിഷ്കളങ്കമായ മനസ്സ് വേണം.

ഈഥറിനെപ്പോലെ ശാസ്ത്രജ്ഞന്മാരെ കുഴക്കിയ മറ്റൊന്നാണ് പ്രകാശത്തിന്റെ വേഗം. വേഗം ആപേക്ഷികമാണെന്ന് നമ്മൾ കണ്ട താണല്ലോ. നിരീക്ഷകന്റെ വേഗത്തിനൊത്ത് നിരീക്ഷിക്കപ്പെടുന്ന വസ്തുവിന്റെ വേഗത്തിൽ മാറ്റമുണ്ടാകും. വസ്തു നീങ്ങുന്ന ദിശയിലോ, അതിന്റെ എതിർദിശയിലോ നമ്മൾ നീങ്ങുമ്പോൾ വസ്തുവിന്റെ വേഗം കൂട്ടുകയോ കുറയുകയോ ചെയ്യും. അങ്ങനെ വരുമ്പോൾ, പ്രകാശത്തിന്റെ വേഗവും നമ്മൾ നീങ്ങുന്ന ദിശയ്ക്കും വേഗത്തിന്നമന സരിച്ച് മാറേണ്ടതാണ്. പക്ഷേ, മോർലീ-മൈക്കിൾസൺ പരീക്ഷ ണഫലപ്രകാരം നമ്മൾ വെളിച്ചത്തിനൊപ്പമായാലുമെതിരായാലും,

വെളിച്ചത്തിന് വേഗം ഒന്ന് തന്നെ. വേഗം മാറുന്നത് നമ്മുടെ കാര്യ ത്തിൽ മാത്രമാണ്. വെളിച്ചത്തിനാണോ ഭ്രാന്ത്, തങ്ങൾക്കാണോ ഭ്രാന്ത് എന്ന നിലയിലായി ശാസ്ത്രജ്ഞന്മാർ.

ഒരു വസ്തുവിന്റെ വേഗം ഇങ്ങനെ എപ്പോഴും സ്ഥിരമായിരിക്ക ന്നത് സാമാന്യബുദ്ധിക്ക നിരക്കാത്തതാണല്ലോ. സാമാന്യബുദ്ധി ക്കെതിരാണ് കാര്യങ്ങൾ എന്ന വരുമ്പോൾ മാനഷരെന്താണ് ചെയ്യാറ്? പലപ്പോഴും അവർ തങ്ങളാണ് ശരിയെന്ന് ശഠിക്കും; ലോകത്തിനാണ് തകരാറെന്ന് വാദിക്കും. തങ്ങളുടെ സിദ്ധാന്തങ്ങൾ ക്കും അനുമാനങ്ങൾക്കും കുഴപ്പമുണ്ടെന്ന് സമ്മതിക്കണമെങ്കിൽ മുൻ വിധികളില്ലാതിരിക്കണം. മുൻവിധികളില്ലാത്ത മുതിർന്ന മനസ്സുകൾ വിരളമാണ്. കുട്ടിമനസ്സുകൾക്കേ മുൻവിധികളില്ലാതിരിക്കൂ; കുഞ്ഞുമ നസ്സുള്ള മുതിർന്നവർക്കും. ഐൻസ്റ്റൈൻ അത്തരം ശിശുമനസ്സുള്ള ആളായിരുന്നു.

ശിശുമനസ്സുള്ളവർ യാഥാർത്ഥ്യമെന്താണോ അതിനെ അതുപോലെ സ്വീകരിക്കും; അത് സാമാന്യബുദ്ധിക്കെതിരാണെങ്കിൽ പ്പോലും. ലോകത്തിൽ ഈഥറില്ലെങ്കിൽ ഈഥറില്ലെന്നതതന്നെയാണ് സത്യം. വെളിച്ചത്തിന്റെ വേഗം കൂട്ടുകയോ കുറയുകയോ ചെയ്യുന്നില്ലെ ങ്കിൽ, അതിന്റെ വേഗം സ്ഥിരമാണെന്നതാണ് പരമാർത്ഥം.

1905-ൽ ഐൻസ്റ്റൈൻ സംതൃപ്തമായ ജീവിതം നയിക്കുകയായി രുന്നു. പറഞ്ഞല്ലോ, അതദ്ദേഹത്തിന്റെ വിസ്മയവത്സരമായിരുന്നു.

        ആപേക്ഷികതയുടെ ആശാൻ

ആ വർഷം അദ്ദേഹം പ്രകാശിപ്പിച്ച മൂന്നാമത്തെ ലേഖനത്തിലാണ് മോർലീ-മൈക്കിൾസൺ പരീക്ഷണത്തിന്റെ അപ്രതീക്ഷിത ഫലത്തെ അദ്ദേഹം വിശദീകരിച്ചത്. രണ്ടു കാരണങ്ങളാണ് അദ്ദേഹം മുന്നോട്ടുവെച്ചത്. ഒന്ന്: ഈഥർ എന്നൊന്നില്ല. രണ്ട്: അളക്കപ്പെടുന്ന സമയം, സമയമളക്കുന്ന ആളുടെ വേഗത്തെയും അളക്കപ്പെടുന്നതിന്റെ വേഗത്തെയും ആശ്രയിച്ചിരിക്കും; സ്ഥിരമായിരിക്കുന്നത് വെളിച്ചത്തിന്റെ വേഗം മാത്രമാണ്. വെളിച്ചത്തിന്റെ വേഗം സ്ഥിരമാണെങ്കിൽ, സ്ഥലത്തിന്റെ അളവെടുക്കുന്നത് സമയത്തിന്റെ അളവെടുക്കുന്നതിനനുസരിച്ച് മാറ്റുന്നുണ്ട്.

ന്യൂട്ടൺ വിശ്വസിച്ചിരുന്ന കേവലസ്ഥലം എന്നൊന്ന് ഇല്ലാ എന്നതുപോലെ, അദ്ദേഹം വിശ്വസിച്ചിരുന്ന കേവലസമയവും ഇല്ലെന്ന് നമ്മൾ മനസ്സിലാക്കണമെന്ന് ഐൻസ്റ്റൈൻ വാദിച്ചു. പ്രസ്തുത ആശയങ്ങൾ യഥാർത്ഥ ലോകത്തിൽ സംഭവിക്കുന്നതെ ന്തെന്ന് വിശദീകരിക്കുന്നില്ല. ന്യൂട്ടന്റെ സിദ്ധാന്തങ്ങൾക്ക പകരമായി ഐൻസ്റ്റൈൻ പുതിയൊരു സിദ്ധാന്തം ആവിഷ്ക്കരിച്ചു. അതാണ് "സവിശേഷ ആപേക്ഷികതാസിദ്ധാന്തം" (Theory of Special Relativity). അതു പ്രകാരം, ഒരേ വേഗത്തിലൊരേ ദിശയിൽ സഞ്ച രിക്കുന്ന എല്ലാവർക്കും ഭൗതികശാസ്ത്രനിയമങ്ങൾ ഒന്നാണ്. ഒരാൾ നിലത്തു നിൽക്കുന്ന ആളായാലും വേഗത്തിൽ നേരെ നീങ്ങുന്ന അതി വേഗവിമാനത്തിലുള്ള ആളായാലും, അയാളെ നമ്മൾ തള്ളിയാൽ അയാൾ മറിഞ്ഞു വീഴും. ഐൻസ്റ്റൈന്റെ ഈ ആശയം നമുക്ക് അതിലളിതമായ് തോന്നാമെങ്കിലും, അതിന്റെ പരിണതഫലങ്ങൾ അതിശയിപ്പിക്കുന്നതാണ്.

അത്തരം ആശയങ്ങളിലൊന്ന് ഐൻസ്റ്റൈന്റെ പ്രസിദ്ധമായ സമവാക്യമാണ്: $E = mc^2$ (E = energy, ഊർജ്ജം; m = mass, പിണ്ഡം; c = പ്രകാശവേഗം (സ്ഥിരമായത്).

ഈ സമവാക്യമനുസരിച്ച്, ലോകത്തിലൊന്നിനും വെളിച്ചത്തേ ക്കാൾ വേഗത്തിൽ സഞ്ചരിക്കാവുന്നതല്ല. കേവലസമയത്തെ ഉപേക്ഷിച്ച ഐൻസ്റ്റൈൻ മറ്റൊന്ന കൂടി പറഞ്ഞു: ഓരോ വ്യക്തി യുടെ കാര്യത്തിലും സമയം കടന്നുപോകുന്നത് വ്യത്യസ്തമായാണ്. അവരേതുവേഗത്തിൽ പോകുന്നുവെന്നതിനെ ആശ്രയിച്ചിരിക്കും

അവർക്കിതനുഭവപ്പെടുന്നത്. ബഹിരാകാശത്തിലൂടെ പ്രകാശവേ
ഗത്തിൽ പോകുന്ന ഒരു വ്യോമസഞ്ചാരിക്ക് സമയം ഭൂമിയിലുള്ള
മനുഷ്യരേക്കാൾ വളരെ മെല്ലെയായിരിക്കും കടന്നുപോകുക.
ഭൂമിയിലെ പതിവുവേഗത്തിൽ നീങ്ങുന്ന മനുഷ്യർക്ക്, പക്ഷേ, ന്യൂട്ടന്റെ
നിയമങ്ങളായിരിക്കും ബാധകം.

$E = mc^2$ എന്ന സൂത്രവാക്യമാണ് അണുബോംബിലേക്കും
ആണവോർജ്ജത്തിലേക്കും മനുഷ്യരെ, പിന്നീട്, നയിച്ചത്.

       ആപേക്ഷികതയുടെ ആശാൻ

ഗുരുത്വമില്ലാത്ത ലോകം

ആപേക്ഷികതാ സിദ്ധാന്തത്തെക്കുറിച്ച് ഒരേകദേശ ധാരണ നിങ്ങൾക്കുണ്ടായെന്ന് വിശ്വസിക്കട്ടെ. അതിലൊന്നാമ ത്തേത്, സാമാന്യബുദ്ധിക്കെതിരെന്ന് തോന്നുന്ന, പ്രകാശവേഗ ത്തിന്റെ മാറ്റമില്ലായ്മയാണ്. യാഥാർത്ഥ്യം സാമാന്യബുദ്ധിക്കെതി രാണെന്നു വരുമ്പോൾ, സാമാന്യബുദ്ധി ശരിയല്ലെന്ന് അംഗീകരി ക്കുന്നതാണ് ബുദ്ധി. ഐൻസ്റ്റൈന് ആ ബുദ്ധിയുണ്ടായി.

ആപേക്ഷികതാ സിദ്ധാന്തത്തിന്റെ മറ്റൊരു ആധാരശില ആപേക്ഷികത തന്നെയാണ്. "ആപേക്ഷികത" എന്ന ആശയവും വാക്കും ഗലീലിയോയുടെ കാലം മുതൽക്കുള്ളതാണ്. അനുയോജ്യ മായ മറ്റൊരു വാക്ക കിട്ടാത്തയുകൊണ്ടാണ് ഐൻസ്റ്റൈൻ ആ വാക്കുപയോഗിച്ചത്. ഐൻസ്റ്റൈന്റെ ആപേക്ഷികത അനുസരിച്ച്, ഭൗതികപ്രപഞ്ചത്തിലെ ചലനങ്ങളെല്ലാം മറ്റ ചലനങ്ങളെ അപേ ക്ഷിച്ചാണിരിക്കുന്നത്.

ന്യൂട്ടന്റെ വിശ്വാസപ്രകാരം സ്ഥലവും കാലവും വ്യത്യസ്ഥമായ രണ്ട സംഗതികളായിരുന്നു. ഐൻസ്റ്റൈന്, പക്ഷേ, അവ ഒരേ സംഗതിയാണ്. ഒരു കാര്യത്തിന് ഒരു സ്ഥലത്ത് ഒരു സമയമില്ലാതെ സ്ഥിതി ചെയ്യാനാവില്ല. അതേസമയം, അതിനൊരു കാലത്തിൽ സ്ഥിതിചെയ്യണമെങ്കിൽ ഒരു സ്ഥലമില്ലാതെയും വയ്യ. സ്ഥലവും കാലവും (space and time) എന്നല്ല, സ്ഥലകാലം (spatiotime) എന്നാണ് പറയേണ്ടത്. സ്ഥലമില്ലാത്ത കാലവും, കാലമില്ലാത്ത

സ്ഥലവും കാണില്ല. സ്ഥലം കാലത്തിൽനിന്ന് വേറിട്ടുനിൽക്കുന്നതെ ന്ന് നമുക്ക തോന്നാൻ കാരണം സ്ഥലത്തെ നമുക്ക് നിയന്ത്രിക്കാൻ കഴിയുമെന്ന തോന്നലുള്ളതുകൊണ്ടാണ്. ഉദാഹരണത്തിന്, നമുക്ക് വേണമെങ്കിൽ ഒരു സ്ഥലത്ത് അനങ്ങാതെ നിൽക്കാം. പക്ഷേ, സമയത്തെ നമുക്ക് പിടിച്ചു നിർത്താൻ പറ്റില്ല.

ഈ ആപേക്ഷികതാ സിദ്ധാന്തത്തെ എന്തുകൊണ്ടാണ് ഐൻസ്റ്റൈൻ "സ്പെഷൽ" (സവിശേഷം) എന്ന് വിളിച്ചത്? അതിനു കാരണമുണ്ട്. ഒരേ വേഗതയുള്ള തലങ്ങൾക്കിടയിൽ മാത്രമേ അവ പ്രായോഗികമാവുകയുള്ളൂ. അതായത്, രണ്ടു തലങ്ങൾ ഒരേ വേഗത്തിൽ സഞ്ചരിക്കുമ്പോൾ (അല്ലെങ്കിൽ, നിശ്ചലമായിരി ക്കുമ്പോൾ) മാത്രമേ ഈ നിയമം സാധ്യവാകുള്ളൂ. പക്ഷേ, എപ്പോഴും ഒരേ വേഗത്തിൽ വ്യതിയാനമില്ലാതെ സഞ്ചരിക്കുന്ന തലങ്ങൾ ഭൂമിയിൽ എവിടെയാണുള്ളത്? അതായത്, ഈ സവിശേഷ സിദ്ധാന്തം, ഏകതാനമായ ചലനമുള്ള സാഹചര്യമെന്ന, ആദർശ ത്തിനുമേൽ പടുത്തുയർത്തിയതാണ്. അതായത്, അതിന്റെ പ്രായോ ഗികത പരിമിതപ്പെട്ടതാണ്. അങ്ങനെ പരിമിതപ്പെട്ടതു കൊണ്ടാണ് അതിനെ ഐൻസ്റ്റൈൻ "സ്പെഷൽ" (സവിശേഷം)-പരിമിതപ്പെ ട്ടത്- എന്നു വിളിച്ചത്.

ഈ സിദ്ധാന്തം ആധുനിക ഭൗതികശാസ്ത്രത്തിന്റെ മുഖച്ഛായ മാറ്റിയെങ്കിലും, ഒരാദർശലോകത്തിൽ മാത്രം സാദ്ധ്യമാകുന്ന

     ആപേക്ഷികതയുടെ ആശാൻ

പ്രഫസർ എഡിംഗ്ട്ടണും ക്രോമെലിനും

സിദ്ധാന്തംകൊണ്ട് ഐൻസ്റ്റൈൻ തൃപ്തനായില്ല. "ഗ്രാവിറ്റി" (gravity-ഗുരുത്വാകർഷണം-)യെക്കൂടി ഉൾക്കൊള്ളിച്ച് കൂടുതൽ സാമാന്യമായ ഒരു സിദ്ധാന്തം ആവിഷ്ടരിക്കാൻ അദ്ദേഹം തീരുമാനിച്ചു.

ഇതിനിടയിൽ അദ്ദേഹം പ്രസിദ്ധനായി. 1909-ൽ അദ്ദേഹം പേറ്റന്റ് ഓഫിസിലെ തന്റെ ജോലി രാജിവെച്ചു; സൂറിച്ച് സർവ്വക ലാശാലയിൽ പ്രഫസറായി. ശാസ്ത്രത്തിനുള്ള അദ്ദേഹത്തിന്റെ സംഭാവനകളുടെ പേരിൽ നിരവധി ബിരുദങ്ങളും അദ്ദേഹത്തെ തേടിയെത്തി. സൂറിച്ചിൽനിന്ന്, പിന്നീട്, അദ്ദേഹം പ്രേഗിലേക്ക് മാറി; പ്രേഗിൽനിന്ന് ബെർലിനിലേക്കും. അവിടെ പുതിയൊരു ഗവേഷണ സ്ഥാപനത്തിന്റെ തലവനായി അദ്ദേഹം നിയമിതനായി. 1913-ൽ ശ്രേഷ്ഠമായ പ്രഷ്യൻ അക്കാദമി ഓഫ് സയൻസിലേക്ക് അദ്ദേഹം ക്ഷണിക്കപ്പെട്ടു. മുപ്പത്തിനാലാമത്തെ വയസ്സിൽ അദ്ദേഹം, അങ്ങനെ, ഔദ്യോഗികജീവിതത്തിന്റെ ഉച്ചിയിലെത്തി.

ഈ വർഷങ്ങളിൽ ഐൻസ്റ്റൈൻ തന്റെ സിദ്ധാന്തം വികസി പ്പിക്കുന്നുണ്ടായിരുന്നു."ഗ്രാവിറ്റി"യെക്കൂടി അതിലേക്ക് ഉൾപ്പെട്ട ത്തി, 1915-ൽ, അദ്ദേഹം പുതിയതും കൂടുതൽ സങ്കീർണ്ണവുമായ ഒരു സിദ്ധാന്തം കൂടി പുറത്തിറക്കി: "സാമാന്യ ആപേക്ഷികത" (General Relativity).

ഐൻസ്റ്റൈന് മുമ്പുള്ള ശാസ്ത്രജ്ഞന്മാർ സ്ഥലം/ആകാശം (space) പരന്നിരിക്കുന്നതാണെന്ന ചിന്താഗതിക്കാരായിരുന്നു. ഒരു വസ്തു അതിന്റെ പരിസരത്തുള്ള വസ്തുക്കളിൽ ഒരു ബലം

(ഗുരുത്വാകർഷണം) ചെല്ലുത്തുവെന്നും അവർ വിശ്വസിച്ചു. ഉദാഹര ണത്തിന്, സൂര്യന്റെ ഗുരുത്വാകർഷണം ഭൂമിയെ അതിനടുത്തേക്ക് "വലിക്കുന്നു". അതുകൊണ്ടാണ് ഭൂമി സൂര്യനെ ചുറ്റുന്നത്.

ഐൻസ്റ്റൈൻ, പക്ഷേ, ഈ വിശ്വാസം തിരുത്തി. ആകാശത്തി ലൂടെ വസ്തുക്കൾ ചുറ്റിത്തിരിയുന്നത് ഗുരുത്വാകർഷണം കൊണ്ടല്ല. ആകാശത്തിൽ ചില പ്രത്യേക സ്ഥലങ്ങളിലുള്ള ദ്രവ്യോർജ്ജങ്ങളുടെ കൂമ്പാരങ്ങൾ (സൂര്യനെപ്പോലുള്ളവ) ആകാശത്തിൽ വളവുകളുണ്ടാ ക്കുന്നുണ്ട്. സൂര്യനെ ഭൂമി ചുറ്റുന്നത് സൂര്യൻ ഭൂമിയെ ആകർഷിക്കുന്നതു കൊണ്ടല്ല; മറിച്ച് വളഞ്ഞിരിക്കുന്ന ആകാശത്തിലൂടെ ഭൂമി സാദ്ധ്യമാ കുന്നത്ര ലീതിയിൽ നേർരേഖയിലൂടെ സഞ്ചരിക്കുന്നതുകൊണ്ടാണ്.

ശാസ്ത്രജ്ഞർക്ക് ഇത് വിശ്വസിക്കാൻ പ്രയാസമായിരുന്നു. ഗുരുത്വാകർഷണത്തെ ആശ്രയിച്ച് എത്രയോ ശാസ്ത്രനിയമങ്ങൾ നിലവിലുണ്ടായിരുന്നല്ലോ; നൂറിലധികം വർഷങ്ങളായ് എല്ലാവരും വിശ്വസിച്ചുപോന്നിരുന്ന നിയമങ്ങൾ! ഐൻസ്റ്റൈന്റെ സിദ്ധാന്തം മനസ്സിലാക്കാൻ പ്രയാസമുള്ളതാണെന്ന മാത്രമായിരുന്നില്ല കാര്യം; അത് അംഗീകരിക്കുക അസാദ്ധ്യമായിരുന്നു. ഈ സിദ്ധാന്തം ഐൻസ്റ്റൈൻ വികസിപ്പിക്കുമ്പോൾ അദ്ദേഹത്തിന്റെ ഒരു മുതിർന്ന സഹപ്രവർത്തകൻ പറഞ്ഞു: "നിന്നേക്കാൾ മൂത്തതായതുകൊണ്ട് ഞാൻ പറയുകയാണ്: ഒന്നാമത്, നീയിതിൽ വിജയിക്കില്ല. ഇനി, വിജയിച്ചാൽത്തന്നെ, നിന്നെ ആരും വിശ്വസിക്കില്ല.."

1919-ൽ, പക്ഷേ, ഈ സിദ്ധാന്തം ശരിയാണെന്ന് തെളിയിക്കപ്പെ ട്ടു. ആ വർഷത്തെ സൂര്യഗ്രഹണസമയത്ത് പ്രഫസർ എഡിംഗ്ട്ടണം

ക്രോമെലിനം എടുത്ത നക്ഷത്രങ്ങളുടെ ഫോട്ടോകൾ ഐൻസ്റ്റൈൻ ശരിയാണെന്ന് സ്ഥാപിച്ചു. എന്നിട്ടും, ഈ "സാമാന്യ" സിദ്ധാന്തം ശാസ്ത്രലോകം പൊതുവേ അംഗീകരിക്കാൻ 1960-കൾവരെ കാത്തി രിക്കേണ്ടി വന്നു.

വിശ്വവിഖ്യാതൻ

ആപ്പിൾ, അപ്പോൾ, താഴേക്ക് വീഴുന്നത് ഭൂമി അതിനെ ഗുരുത്വാകർഷണബലംകൊണ്ട് വലിക്കുന്നതുകൊണ്ടല്ല; സഞ്ചരിക്കാൻ ഏറ്റവും എളുപ്പമുള്ള നേരായ (വളവുകളില്ലാത്ത) വഴി ആപ്പിൾ തെരഞ്ഞെടുക്കുന്നതുകൊണ്ടാണ്. ന്യൂട്ടൻ വിശ്വസിച്ചതു പോലെ ഒരു ഗുരുത്വാകർഷണബലം പ്രപഞ്ചത്തിലില്ല. ആറിലധികം വർഷങ്ങളോളമായ് ശാസ്ത്രജ്ഞമാർ വിശ്വസിച്ചിരുന്ന പല നിയമങ്ങ ളും ഐൻസ്റ്റൈന്റെ സിദ്ധാന്തത്തോടെ പുരാണങ്ങൾ മാത്രമായി.

തന്റെ സിദ്ധാന്തത്തിന് തെളിവു ലഭിച്ചതിന്റെ പിറ്റേന്ന് ഐൻസ്റ്റൈൻ ഉണർന്നെണീറ്റത് വിശ്വപ്രശസ്തിയിലേക്കാണ്. ലണ്ടനിലെ ടൈംസ് "ശാസ്ത്രത്തിലെ വിപ്ലവം" എന്ന തലക്കെട്ടോ ടെയാണ് ആ ദിവസം പ്രത്യക്ഷമായത്. അമേരിക്കയിൽ ന്യൂയോർ ക്ക് ടൈംസ് "ഐൻസ്റ്റൈൻ സിദ്ധാന്തം വിജയശ്രീലാളിതമായി" എന്നാണ് പറഞ്ഞത്. താൻ ജോലിചെയ്യുകയായിരുന്ന ബെർലിനിൽ ഐൻസ്റ്റൈൻ "ലോകചരിത്രത്തിലൊരു പുതിയ മഹാൻ" എന്ന് വിശേഷിപ്പിക്കപ്പെട്ടു. അവശേഷിച്ച ജീവിതത്തിൽ ഐൻ സ്റ്റൈൻ വാർത്തകളിൽനിന്ന് മറഞ്ഞതേയില്ല. 1927-ൽ, പ്രശസ്തി യുണ്ടാക്കുന്ന ആലാമാലകളെപ്പറ്റി അദ്ദേഹം ഒരു കവിത രചിക്കുക കൂടിയുണ്ടായി:

"ഞാനെവിടെപ്പോയാലും, തങ്ങിയാലും

അവിടൊക്കെയുണ്ടാകുമെന്റെയൊരു പടം."

അങ്ങനെ പോകുന്ന ആ കവിത.

  ആപേക്ഷികതയുടെ ആശാൻ

ഐൻസ്റ്റൈൻ മാസികച്ചട്ടകളിൽ

ഐൻസ്റ്റൈൻ ഇങ്ങനെ പ്രശസ്തനാകാൻ എന്താണ് കാരണം? അദ്ദേഹത്തിന്റെ ആപേക്ഷികതാസിദ്ധാന്തം പ്രപഞ്ചത്തെപ്പറ്റിയുള്ള ലോകരുടെ ധാരണ മാറ്റിമറിച്ചതുതന്നെയാണ് കാരണം. നിലവി ല്യള്ള ശാസ്ത്രവിശ്വാസങ്ങളെ അദ്ദേഹം വെല്ലുവിളിച്ചു; തിരുത്തി; പുതിയൊരു സിദ്ധാന്തം പകരംവെച്ചു.

തുടക്കത്തിൽ അദ്ദേഹത്തിന്റെ കണ്ടുപിടുത്തങ്ങൾ മനസ്സിലാ ക്കാൻ പലർക്കും പ്രയാസമായിരുന്നു. പ്രമുഖശാസ്ത്രജ്ഞന്മാർപോലും ചിലപ്പോൾ പകച്ചപോയിട്ടുണ്ട്. ഇത്തരുണത്തിൽ പ്രഫസർ എഡിം ഗ്ട്ടണെ സംബന്ധിക്കുന്ന ഒരു കഥയുണ്ട്. പറഞ്ഞുകേട്ട കഥയാണ്. വാസ്തവമാണോ എന്നറിയില്ല. ഐൻസ്റ്റൈന്റെ സിദ്ധാന്തം പ്രശ സ്തമായി കുറച്ച കൊല്ലങ്ങൾക്കുശേഷം ഒരു പത്രലേഖകൻ എഡിം ഗ്ട്ടണെ ഇന്റർവ്യൂ ചെയ്യാനെത്തുന്നു.

"വായനക്കാർക്കുവേണ്ടി താങ്കളെ ഇന്റർവ്യൂചെയ്യാനെത്തിയ താണ് ഞാൻ,"

റിപ്പോർട്ടർ പറയുന്നു.

"ഐൻസ്റ്റൈന്റെ സിദ്ധാന്തം മനസ്സിലാക്കിയ ലോകത്തിലെ മൂന്നേമൂന്ന് ആൾക്കാരിലൊരാൾ താങ്കളാണല്ലോ."

എഡിംഗ്ട്ടൺ കുറേ നേരത്തേക്ക് ഒന്നും മിണ്ടാതെയായി.

1922-ലെ ഒരു കാർട്ടൂൺ. ഐൻസ്റ്റൈൻ എത്ര പ്രശസ്തനായിരുന്നുവെന്ന് തെളിയിക്കു ന്ന ചിത്രം. ഒന്നാം ലോകമഹായുദ്ധത്തോടെ ജർമ്മനി കടത്തിലായി. "ജർമ്മനിക്ക് കടം വീട്ടാൻ പറ്റാത്തത് ഐൻസ്റ്റൈന്റെ തെറ്റാണ്. അയാളല്ലേ പറഞ്ഞത് സമയ മെന്നൊന്നില്ലാ എന്ന്. സമയമാണല്ലോ പണം. അപ്പൊ, സമയമില്ലാത്തതുകൊണ്ട് പണവുമില്ലാതായി," കാർട്ടൂണിന്റെ അടിക്കുറിപ്പ് പറയുന്നു.

പരിഭ്രമിച്ച ലേഖകൻ തുടർന്നു:

"എന്താണ് പ്രൊഫസർ? വല്ല കുഴപ്പവും?"

"ഹേയ്, കുഴപ്പമൊന്നുമില്ല. ആരാണീ മൂന്നാമത്തെയാൾ എന്ന് ഞാൻ ആലോചിക്കുകയായിരുന്നു."

പതിയെപ്പതിയെ, ആളുകൾ ഐൻസ്റ്റൈന്റെ കണ്ടുപിടുത്തങ്ങൾ മനസ്സിലാക്കി വന്നു. അവ ശാസ്ത്രജ്ഞന്മാരെ "തമോഗർത്തങ്ങൾ" (black holes) കണ്ടുപിടുക്കുന്നതിലേക്കും, "വൈറ്റ് ഡ്വാർഫ്"കളെ കണ്ടുപിടിക്കുന്നതിലേക്കും നയിച്ചു. പലർക്കും പ്രപഞ്ചത്തിന് ഒരാരംഭമുണ്ടോ എന്നന്വേഷിക്കുവാനുള്ള തന്റേടം കിട്ടി; ആകാശ ത്തിനപ്പുറത്ത് എന്തെങ്കിലുമുണ്ടോ എന്ന് തിരയാനും. നേരത്തേ സൂചിപ്പിച്ചതുപോലെ, ഈ കണ്ടുപിടുത്തങ്ങൾ ആണവായുധങ്ങളും, ആണവമരുന്നുകളും, ആണവോർജ്ജവും വികസിപ്പിക്കുന്നതിന്, പ്രത്യക്ഷമായല്ലെങ്കിലും, സഹായകമായി.

പ്രായമായി ജോലിയിൽനിന്ന് വിരമിച്ചപ്പോഴും ഐൻസ്റ്റൈനെ

കണ്ടാൽ ആളുകൾക്ക് ആവേശം വരുമായിരുന്നു. ഒരിക്കലൊരാൾ കാറിൽ പോകവേ, ഐൻസ്റ്റൈൻ വീട്ടിലേക്ക് ഉച്ചയൂണിന് നടന്നു പോകുന്നതു കണ്ടു. ഐൻസ്റ്റൈനെ ഒരു നോക്കു കണ്ട മൂപ്പർക്ക് ആവേശം മൂത്തതോടെ, കാറിന്റെ നിയന്ത്രണം തെറ്റി; അടുത്തു ള്ളൊരു മരത്തിൽ കാറിടിച്ചു നിന്നു.

1922-ലെ ഒരു കാർട്ടൂൺ. ഐൻസ്റ്റൈൻ എത്ര പ്രശസ്തനായിരു ന്നുവെന്ന് തെളിയിക്കുന്ന ചിത്രം. ഒന്നാം ലോകമഹായുദ്ധത്തോടെ ജർമ്മനി കടത്തിലായി. "ജർമ്മനിക്ക് കടം വീട്ടാൻ പറ്റാത്തത് ഐൻസ്റ്റൈന്റെ തെറ്റാണ്. അയാളല്ലേ പറഞ്ഞത് സമയമെന്നൊ ന്നില്ലാ എന്ന്. സമയമാണല്ലോ പണം. അപ്പൊ, സമയമില്ലാത്തതു കൊണ്ട് പണവുമില്ലാതായി," കാർട്ടൂണിന്റെ അടിക്കുറിപ്പ് പറയുന്നു.

1955-ൽ അദ്ദേഹം മരിച്ചപ്പോൾ, ആ ചരമവാർത്ത വൃത്താന്തപ ത്രങ്ങളുടെ മുൻതാളുകളിൽത്തന്നെ നിരന്നു:

"ഇരുപതാം നൂറ്റാണ്ടിലെ മഹാന്മാരിലൊരാൾ അന്തരിച്ചു."

അതേ, അദ്ദേഹം വെറുമൊരു ശാസ്ത്രജ്ഞനായിരുന്നില്ല. അദ്ദേഹ ത്തിന്റെ മഹത്വം, ഔജ്ജല്യം, ശാസ്ത്രത്തിൽമാത്രം ഒതുങ്ങുന്നതായി രുന്നില്ല. അത് മനുഷ്യത്വത്തിന്റെ മേഖലയിലേക്കും വ്യാപിച്ചിരുന്നു. അദ്ദേഹത്തെക്കുറിച്ച് കൂടുതൽ അറിയുന്തോറും നമ്മൾക്കത് സ്പഷ്ട മാകും.

യുദ്ധവും സമാധാനവും

മഹാമനുഷ്യർ തങ്ങളുടെ തെറ്റുകൾ തുറന്നുപറയും. ഇക്കാര്യത്തിൽ അവർ കൊച്ചുകുട്ടികളെപ്പോലെയാണ്. അവർക്ക് മനസ്സിലൊന്നും പുറത്തു മറ്റൊന്നും എന്ന രീതിയില്ല.ദാമ്പത്യജീവിതത്തിൽ ചില താളപ്പിഴകളുണ്ടെന്ന് ഐൻസ്റ്റൈന് അറിയാമായിരുന്നു. ജർമ്മനിയിലെ ബെർലിനിലേക്ക് ഐൻസ്റ്റൈൻ, 1914-ൽ, താമസം മാറ്റിയപ്പോൾ സൂറിച്ചിലേക്ക് മടങ്ങാനാണ് അദ്ദേഹത്തിന്റെ ഭാര്യ മിലേവ ആഗ്രഹിച്ചത്. മിലേവ ഒന്നിച്ചു കഴിയാൻ ആഗ്രഹിച്ചില്ല. അവർക്ക് വിവാഹമോചനം വേണ്ടിയിരുന്നു. തെറ്റ് തന്റേതാണെന്ന് തുറന്നു പറയാൻ ഐൻസ്റ്റൈൻ മടിച്ചില്ല. പിൽക്കാലത്ത് ഒരു കത്തിൽ ഐൻസ്റ്റൈൻ തന്റെ സുഹൃത്ത് ബെസോയെക്കുറിച്ച് ഇങ്ങനെ പറയുകയുണ്ടായി:

"ഒരു സ്ത്രീയുമായി ശാന്തിയിൽ മാത്രമല്ല, എക്കാലത്തും രമ്യതയിൽ ക്കൂടി കഴിയുവാൻ അവനു കഴിഞ്ഞു. ഒരു മനുഷ്യനെന്ന നിലയിൽ അവനെ ഞാൻ അക്കാര്യത്തിൽ ആദരിക്കുന്നു. ഞാനക്കാര്യത്തിൽ രണ്ടുതവണ പരാജയപ്പെട്ട് നാണം കെട്ടതാണ്."

വിവാഹത്തിന് മുമ്പും പിമ്പും മിലേവ ഐൻസ്റ്റൈനെ കണ്ട പിടുത്തങ്ങളിൽ ധാരാളമായി സഹായിച്ചിരുന്നു. അദ്ദേഹത്തിന്റെ പല സിദ്ധാന്തങ്ങളുടെയും തുടക്കം മിലേവയിലാണ്. നോബൽ സമ്മാനം കിട്ടിയപ്പോൾ, സമ്മാനത്തുക മിലേവയ്ക്ക് (അവർ ആവശ്യപ്പെട്ട പ്രകാരം) നല്കാൻ അദ്ദേഹം ഒരു മടിയും കാണിച്ചില്ല. ബന്ധം

പിരിഞ്ഞപ്പോൾ, എന്തുകൊണ്ടോ, മിലേവയിൽ വൈര്യം വിട്ടുമാ റാതെ നിന്നു.

ബന്ധം പിരിഞ്ഞശേഷം, ഐൻസ്റ്റൈൻ ബെർലിനിൽത്തന്നെ തങ്ങി. അദ്ദേഹം സന്തുഷ്ടനായിരുന്നു.

"മാനുഷികമായും ശാസ്ത്രീയമായും എനിക്കേറ്റവുമടുപ്പം തോന്നി യിട്ടുള്ളത് ബെർലിനോടാണ്," അദ്ദേഹം പിന്നീട് പറയുകയുണ്ടായി.

ഇക്കാലമായപ്പോഴേക്കും ഐൻസ്റ്റൈന്റെ കണ്ടുപിടുത്തങ്ങൾ ശാസ്ത്രമേഖലയും വിട്ട് സാഹിത്യലോകത്തിലേക്കും വ്യാപിച്ചു. ആൾക്കാർക്ക് മനസ്സിലാക്കാൻ പ്രയാസമുള്ള അമൂർത്താശയങ്ങൾ (ശാസ്ത്ര) കഥകളിലും തത്ത്വശാസ്ത്രങ്ങളിലും ചിത്രകലയിലും ഇടം കണ്ടെത്തിത്തുടങ്ങി. കാലത്തിൽ ഏറ്റക്കുറച്ചിലുണ്ടാകുന്നതും സ്ഥ ലത്തിന് സ്ഥിരതയില്ലാതിരിക്കുന്നതും ആൾക്കാരെ അതിശയിപ്പിച്ചു; പ്രലോഭിപ്പിച്ചു; രസിപ്പിച്ചു. ആപേക്ഷികതയെക്കുറിച്ച് ഒരു കവിത പോലുമുണ്ടായി. ശാസ്ത്രീയമായ് അതു ശരിയല്ലെങ്കിലും, ഐൻസ്റ്റൈൻ എത്രമാത്രം ജനപ്രിയനായി എന്നതിന് അതുദാഹരണമാണ്:

"പ്രസന്നയെന്നൊരു പെൺകുട്ടി

പ്രകാശത്തേക്കാൾ വേഗത്തിൽ

ഒരു നാൾ യാത്രപ്പുറപ്പെട്ടു.

ആപേക്ഷികമായ് പോയൊരവൾ

തലേന്നു രാത്രി തിരിച്ചെത്തി.”

ഐൻസ്റ്റൈന്റെ ബാഹ്യജീവിതത്തിലെ പ്രസന്നതയും അധികകാലം നീണ്ടുനിന്നില്ല. ഒരു കരിനിഴൽ ആ ജീവിതത്തിലേക്ക് കടന്നു വന്നു. 1914- ആഗസ്റ്റ് 1ന് ജർമ്മനി ഫ്രാൻസിനും റഷ്യക്കും ബ്രിട്ടനുമെതിരേ യുദ്ധം പ്രഖ്യാപിച്ചു. ഒന്നാം ലോകമഹായുദ്ധത്തിന്റെ തുടക്കം. അന്ന് സ്വിറിച്ച പൗരനായ ഐൻസ്റ്റൈന് യുദ്ധത്തിൽ പങ്കാളിയാകേണ്ടി വന്നില്ല. കാരണം, സ്വിറ്റ്സർലണ്ട് നിഷ്പക്ഷമായിരുന്നു. പക്ഷേ, യുദ്ധംകൊണ്ടുള്ള ജീവനാശം അദ്ദേഹത്തെ മടുപ്പിച്ചു; ശാസ്ത്രത്തിന് അതുണ്ടാക്കിയ നഷ്ടം അദ്ദേഹത്തെ ദുഃഖിപ്പിച്ചു.

ജർമ്മനിയിലെ കലാകാരന്മാരും ശാസ്ത്രജ്ഞമാരും വിദ്വാന്മാരും ജർമ്മനിയെ അനുകൂലിച്ചുകൊണ്ട് ഒരു “മാനിഫെസ്റ്റോ”യിൽ ഒപ്പ വെക്കുകയുണ്ടായി. അതിലൊപ്പിടാൻ അവർ ഐൻസ്റ്റൈനെയും ക്ഷണിച്ചതാണ്. അദ്ദേഹം ഒപ്പിട്ടില്ല. പകരം, 1915-ൽ, സമാധാനവാദിയായ അദ്ദേഹം മറ്റൊരു “മാനിഫെസ്റ്റോ”യിൽ ഒപ്പിട്ടു. “യൂറോപ്പ കാർക്കുള്ള മാനിഫെസ്റ്റോ” എന്നായിരുന്നു ആ പത്രികയുടെ പേര്. യൂറോപ്പിലെ പ്രമുഖരായ പല മനുഷ്യരും അതിലൊപ്പവെച്ചിരുന്നു. ആ പത്രിക ജർമ്മനിയുടെ യുദ്ധത്തെ എതിർത്തു; യൂറോപ്യൻ സംസ്കാരത്തെ വിലമതിക്കുന്ന എല്ലാവരും ഒരു “ലീഗ് ഓഫ് നേഷൻസ്” സ്ഥാപിക്കാൻ സഹകരിക്കണമെന്നും ആ പ്രകടനപത്രിക ആവശ്യപ്പെട്ടു. രാഷ്ട്രങ്ങൾ സമാധാനത്തോടെ സഹവർത്തിക്കുകയാണ് വേണ്ടത്; അല്ലാതെ, പരസ്പരം കൊല്ലുകയല്ല വേണ്ടത്.

യൂറോപ്പുകാർക്കുള്ള മാനിഫെസ്റ്റോയിൽ ഒപ്പിട്ടതാണ് ഐൻസ്റ്റൈന്റെ ആദ്യത്തെ രാഷ്ട്രീയസൂചന. പിന്നീടുള്ള ജീവിതത്തിൽ അദ്ദേഹം സമാധാനത്തിനും സഹിഷ്ണുതയ്ക്കും നീതിക്കും വേണ്ടി പ്രചരണങ്ങൾ നടത്തി. 1917-ൽ അദ്ദേഹം തന്റെയൊരു സഹപ്രവർത്തകന് എഴുതി:

“നമ്മുടെ ജീവിതത്തെ ഭാരമുള്ളതാക്കുന്ന കണക്കില്ലാത്ത എത്ര ഖേദകരമായ കാര്യങ്ങളാണുള്ളത്.”

 ആപേക്ഷികതയുടെ ആശാൻ

പിൽക്കാലജീവിതത്തിൽ യൂറോപ്പുകാരുടെ ഈ ഭാരങ്ങളിൽ ചിലത് ലഘൂകരിക്കാൻ സമയം കിട്ടുമ്പോഴൊക്കെ അദ്ദേഹം പരി ശ്രമിച്ചു.

യുദ്ധത്തിന്റെ ഭീകരതക്കിടയിലും ഐൻസ്റ്റൈൻ തന്റെ ഗവേഷണം തുടർന്നു. അമ്പതോളം ലേഖനങ്ങൾ അദ്ദേഹം പൂർ ത്തിയാക്കി; ഒരു പുസ്തകവും. ലോകമെമ്പാടുമുള്ള രാജ്യങ്ങളിൽനി ന്ന് അദ്ദേഹത്തിന് പ്രഭാഷണങ്ങൾക്കുള്ള ക്ഷണം കിട്ടിത്തുടങ്ങി. 1921-നും 1923-നുമിടയിലുള്ള കാലത്ത് അദ്ദേഹം ലോകം ചുറ്റുകയാ യിരുന്നു. ഈ വേളയിലാണ് അദ്ദേഹം അന്നത്തെ അമേരിക്കൻ പ്രസിഡണ്ടിനെയും, ജപ്പാൻ ചക്രവർത്തിയെയും സ്പെയിനിലെ രാജാവിനെയും കണ്ടത്.

പകിടയുരുട്ടും ദൈവം

വീട്ടിലെ ആലാമാലകൾ - തീവ്രമായ ഗവേഷണം - ക്ലാസ്സെട്ട ക്കൽ - യുദ്ധം - സമാധാനപ്രചാരണം - ഉലകം ചുറ്റൽ - പ്ര സംഗിക്കൽ. ഇത്രയുമായാൽ ആരും തളർന്നുപോകില്ലേ? രോഗം വരില്ലേ? ഐൻസ്റ്റൈനും രോഗിയായി. ആദ്യം കരൾ പണിമുടക്കി - പിന്നെ, വയറ്റിൽ പുണ്ണ വന്നു - തൊട്ടപിന്നാലെ മഞ്ഞപ്പിത്തവും. 1928- ആയപ്പോഴേക്ക് ഹൃദയവും പരാതിപ്പെടാൻ തുടങ്ങി. രോഗം ഭേദമാക്കാൻ എൽസയാണ് എത്തിയത്. എൽസയെ ഓർമ്മയു ണ്ടല്ലോ, അല്ലേ, മച്ചുനച്ചി എൽസാ ലോവെന്താൾ? അവർക്ക് കുട്ടി ക്കാലം മുതൽക്കേ ഐൻസ്റ്റൈനെ ഇഷ്ടമായിരുന്നു. മിലേവയുടെ അഭാവത്തിൽ അവരാണ് അദ്ദേഹത്തെ പരിചരിച്ചത് - രോഗം ഭേദമാക്കിയത്.

എൽസയും ഒരിക്കൽ വിവാഹിതയായിരുന്നു. ഐൻസ്റ്റൈ നെപ്പോലെ അവരും വിവാഹത്തിൽനിന്ന് മോചിതയായി. ഐൻസ്റ്റൈൻ ബെർലിനിലേക്ക് താമസം മാറ്റിയപ്പോൾ ഈ ബാല്യ കാലസഖിയും അവിടെയെത്തി. അവർ സൗഹൃദം പുതുക്കി - 1919-ൽ വിവാഹിതരായി; ഒരുമിച്ച സന്തോഷത്തോടെ ജീവിക്കാൻ തുടങ്ങി. 1936-ൽ ഐൻസ്റ്റൈൻ മരിക്കുന്നതുവരെ അതു തുടർന്നു.

എൽസ തലയിലെടുത്തുവെച്ചത് ഭാരിച്ച ഉത്തരവാദിത്വമാണ്. ഐൻസ്റ്റൈനെ നോക്കണം - അദ്ദേഹത്തിന്റെ പ്രായമായ അമ്മയെ നോക്കണം - സ്വന്തം രണ്ട പെണ്മക്കളെ നോക്കണം. പക്ഷേ, അവർ

 ആപേക്ഷികതയുടെ ആശാൻ

വീടൊരു സ്വർഗ്ഗമാക്കി. "ഒരു മഹാമനുഷ്യന്റെ ഭാര്യ"യെന്ന പദവി അവർ ശരിക്കും ആസ്വദിച്ചു. എൽസയുടെ സ്നേഹം - സമർപ്പണം - ഐൻസ്റ്റൈനിൽ കൃതജ്ഞത നിറച്ചു. ലാളിത്യം - ഏകാന്തത - ഇത് രണ്ടുമായിരുന്നു അദ്ദേഹത്തിനു വേണ്ടിയിരുന്നത്. അദ്ദേഹത്തിന്റെ ഭാഷയിൽ പറഞ്ഞാൽ, "ഗുഹയിൽത്തങ്ങുന്ന ഒരു കരടിയെപ്പോലെ" ജീവിക്കാനാണ് അദ്ദേഹം ആഗ്രഹിച്ചത്.

ഇക്കാലത്ത് ഐൻസ്റ്റൈന് മറ്റൊരു സ്ത്രീയോടുകൂടി പ്രേമം തോന്നിയെന്ന് ചിലരൊക്കെ പറയുന്നുണ്ട്. ഒരു രക്ഷയുമില്ലാത്ത പ്രേമം. "പ്രേമം അന്ധമാണ്" എന്നൊക്കെ വിവരമുള്ളവർ പറഞ്ഞ് കേട്ടിട്ടുണ്ടാകുമല്ലോ? അതുപോലെ അന്ധമായ പ്രേമം. പക്ഷേ, ആ സ്ത്രീക്ക് തിരിച്ചിങ്ങോട്ട് പ്രേമമൊന്നും തോന്നിയില്ല. ഐൻസ്റ്റൈൻ നിരാശനായി. അതേച്ചൊല്ലി അദ്ദേഹം പറഞ്ഞതിങ്ങനെയാണ്:

"ഭൂമിയിൽ നിഷേധിക്കപ്പെട്ടതിനെ ഞാൻ നക്ഷത്രങ്ങളിൽ തേടുകയാണ്."

വയസ്സ് കൂടുന്തോറും ഐൻസ്റ്റൈന് മറ്റ കാര്യങ്ങളിലുള്ള താൽപ്പ ര്യങ്ങളും കൂടി വന്നു. അദ്ദേഹം തത്ത്വശാസ്ത്രപുസ്തകങ്ങൾ വായിക്കാൻ സമയം കണ്ടെത്തി; സംഗീതമാസ്വദിച്ചു - ആസ്വദിക്കുക മാത്രമല്ല അഭ്യസിക്കുകയും ചെയ്തു; ചങ്ങാതിമാർക്കൊപ്പം സംവാദങ്ങളി ലേർപ്പെട്ടു; സ്വന്തം ആദർശങ്ങളോട് പൊരുത്തപ്പെടുന്നവരുമായ് കത്തിടപാടുകൾ നടത്തി.

ആൽബർട്ട് ഐൻസ്റ്റൈൻ

തന്റെ ആയുസ്സിന്റെ ബാക്കിഭാഗം അദ്ദേഹം നീക്കിവെച്ചത് രണ്ടു കാര്യങ്ങൾക്ക വേണ്ടിയാണ്: ഒന്ന്, ക്വാണ്ടം മെക്കാനിക്സ്; രണ്ട്, ഏകീകൃതക്ഷേത്ര (unified field) സിദ്ധാന്തം.പ്രപഞ്ചത്തിൽ പ്രവർത്തി ക്കുന്ന എല്ലാ ശക്തികളെയും പൂർണ്ണമായി വിശദീകരിക്കുന്ന ഒരൊറ്റ ഭൗതികനിയമം കണ്ടെത്താനുള്ള ശ്രമത്തെയാണ് ഏകീകൃതക്ഷേത്ര സിദ്ധാന്തം കൊണ്ടുദ്ദേശിച്ചത്. പ്രപഞ്ചത്തെ നമ്മൾ കാണുന്നരീ തിയിൽ ഏകീകരിച്ച നിർത്തുന്ന നാല്തരം "ബലങ്ങൾ" (forces) ആണുള്ളത്. അവ അവയുടെ ശക്തിക്കനുസരിച്ച് യഥാക്രമം ഇങ്ങ നെയാണ്:

1. ഉച്ച (ആണവ) ബലം - strong (nuclear) force

2. വൈദ്യുതകാന്തിക ബലം - electromagnetic force

3. നീച ബലം - weak force

4. ഗുരുത്വാകർഷണ ബലം - gravity

ഈ നാല് അടിസ്ഥാന ബലങ്ങളാണ് പ്രപഞ്ചത്തിൽ "സംഗതികൾ സംഭവിപ്പിക്കുന്നത്".

അഞ്ചാമത്തെ വയസ്സിൽ വടക്കുനോക്കിയന്ത്രം കയ്യിൽക്കിട്ടി യപ്പോൾ ആൽബർട്ടിന് ഈ ബലങ്ങളെക്കുറിച്ച് അവ്യക്തമായ നേരിയൊരറിവ് ഉണ്ടായതാണ്. ശാസ്ത്രജ്ഞന്മാർ, പിന്നീട്, ഇവയു ണ്ടെന്ന് സ്ഥിരീകരിച്ചു. പ്രപഞ്ചത്തിലെ സകല സാമഗ്രികളിലും ഇവ ഒന്നിച്ച പ്രവർത്തിക്കുന്നതെങ്ങനെയെന്ന് വിശദീകരിക്കുവാനുള്ള ഒരു സിദ്ധാന്തം, പക്ഷേ, അവർക്കാർക്കും ആവിഷ്ക്കരിക്കുവാൻ കഴിഞ്ഞില്ല. പ്രപഞ്ചം എങ്ങനെ പ്രവർത്തിക്കുന്നവെന്ന് വിശദീകരി ക്കാനുള്ള ഒരേക നിയമം ആവിഷ്ക്കരിക്കുന്നതിലേക്ക് ഐൻസ്റ്റൈന്റെ ആപേക്ഷികതാ സിദ്ധാന്തം നൽകിയ സംഭാവന ചില്ലറയല്ല. പക്ഷേ, അതിനൊരു കുഴപ്പമുണ്ട്. ഭൗതികശാസ്ത്രത്തിലെ മറ്റൊരു സുപ്രധാന സിദ്ധാന്തവുമായ് അത് അത്രയങ്ങ് പൊരുത്തപ്പെടുന്നില്ല - ക്വാണ്ടം മെക്കാനിക്സ് എന്ന് വിളിക്കപ്പെടുന്ന സിദ്ധാന്തവുമായ്.

ആപേക്ഷികത, ആകാശംപോലുള്ള, ബൃഹത്തായ സ്ഥലങ്ങ ളുമായ് ബന്ധപ്പെട്ടതാണ്. ക്വാണ്ടം മെക്കാനിക്സാകട്ടെ, പദാർ ഥത്തിന്റെ ഏറ്റവും സൂക്ഷ്മമായ, അടിസ്ഥാന കണങ്ങളുമായി

 ആപേക്ഷികതയുടെ ആശാൻ

ബന്ധപ്പെട്ടതാണ് - ഊർജ്ജത്തിന്റെ കണങ്ങളമായി (ക്വാണ്ടകളമായി) പ്രോട്ടോൺ, ഇലക്ട്രോൺ എന്നൊക്കെ നമ്മൾ വിളിക്കുന്ന പരമാണഘടക ങ്ങളമായി. ഇത്തരം സൂക്ഷ്മകണങ്ങൾ എങ്ങനെ പെരുമാറുന്നുവെന്ന് ശാസ്ത്ര ജ്ഞന്മാർ മനസ്സിലാക്കിയതോടെ പ്രപ ഞ്ചത്തെക്കുറിച്ചുള്ള പുതിയ ഉൾക്കാഴ്ചകൾ ഉണ്ടായി. അതേസമയം, അവിടെയും ശാസ്ത്രജ്ഞന്മാർക്ക് തലവേദനയുണ്ടാക്ക ന്ന കീറാമുട്ടികൾ വേണ്ടുവോളമുണ്ടായി രുന്നു. ഉദാഹരണത്തിന്, ഒരു പ്രകാശ

കണത്തിന്റെ / ഊർജ്ജകണത്തിന്റെ (ക്വാണ്ടത്തിന്റെ) വേഗവും സ്ഥാനവും ഒരേസമയത്ത് കൃത്യമായ് കണ്ടെത്തുക അസാദ്ധ്യമാണ്. വേഗം കൃത്യമായ് അളക്കാൻ പറ്റിയാൽ, സ്ഥാനം തെറ്റും; സ്ഥാനം കൃത്യമായാൽ, വേഗം തെറ്റും. ഒന്നു നിശ്ചയിക്കാൻ കഴിഞ്ഞാൽ, മറ്റേത് അനിശ്ചിതമാകും. "ഹെയ്സൻബർഗ് അനിശ്ചിതനിയമം" എന്നാണ് ഈ അവസ്ഥയിക്കിട്ടിരിക്കുന്ന പേര്. കാരണം, ഇതു കണ്ടുപിടിച്ചത് വെർണർ ഹെയ്സൻബർഗ് എന്ന ശാസ്ത്രജ്ഞനാണ്. ഇന്ന്, പക്ഷേ, അനിശ്ചിതത്വനിയമവും അതിൽനിന്നുണ്ടായ മറ്റ ആശയങ്ങളും പരമാണുക്കളിലെ ഘടകങ്ങൾ എങ്ങനെ പെരുമാ റുന്നുവെന്ന് മനസ്സിലാക്കാൻ നമ്മളെ ഒരുപാട് സഹായിക്കുന്നുണ്ട്. സാമാന്യബുദ്ധിക്ക് നിരക്കാത്തതാണ് അവയുടെ പെരുമാറ്റങ്ങൾ എന്നത് വേറെ കാര്യം.

ഐൻസ്റ്റൈനും ക്വാണ്ടം സിദ്ധാന്തം ഏറെ ഇഷ്ടമായിരുന്നു. പക്ഷേ, അതു പൂർണ്ണമായും സ്വീകരിക്കാൻ അദ്ദേഹം മടികാണിച്ചു. അനിശ്ചിതത്വനിയമത്തിലെ, ചൂതുകളിയിലേതുപോലുള്ള, യാദൃശ്ച്ഛി കഘടകമാണ് അതിനൊരു കാരണം. "ദൈവം പകിട കളിക്കാറില്ല" എന്ന് അദ്ദേഹം പറഞ്ഞത് ഈയൊരു സന്ദർഭത്തിലാണ്. പക്ഷേ, ഭാഗ്യവശാൽ, സ്റ്റീഫൻ ഹോക്കിങ് പറഞ്ഞതുപോലെ, "ദൈവം പകിട കളിക്കാറുണ്ട്; ചിലപ്പോഴൊക്കെ പകിടകൾ നമുക്ക് കാണാൻ

പറ്റാത്തിടത്തേക്ക് എറിയാറ്റുമുണ്ട്". "ഭാഗ്യവശാൽ" എന്ന് പറയു
വാനൊരു കാരണമുണ്ട്. പല നിർണ്ണായക സാങ്കേതികവിദ്യകളും
ക്വാണ്ടം സിദ്ധാന്തത്തിന്റെ അടിസ്ഥാനത്തിൽ ഉടലെടുത്തവയാണ്
- ആണവോർജ്ജം, MRI യന്ത്രങ്ങൾ, കമ്പ്യൂട്ടറുകളിലെയും ഫോണ
കളിലെയും ചിപ്പുകൾ...

 ആപേക്ഷികതയുടെ ആശാൻ

ഗാന്ധി, ടാഗോർ, ചാപ്ലിൻ

രോഗം ശരീരത്തെ തളർത്തുമായിരിക്കും; മനസ്സ്, പക്ഷേ, തളരണമെന്നില്ല. രോഗാവസ്ഥയിലും ഐൻസ്റ്റൈന്റെ മനസ്സ് അരോഗമായിരുന്നു. 1925-ൽ അദ്ദേഹം മഹാത്മാ ഗാന്ധിയെ പ്പോലുള്ളവരോടൊപ്പം നിർബന്ധസൈനികസേവനത്തിനെതിരെ പ്രവർത്തിച്ചു. ഇക്കാലത്ത് അദ്ദേഹം ഒന്നാം ലോകമഹായുദ്ധാവ സാനം, 1918-ൽ, സ്ഥാപിതമായ ലീഗ് ഓഫ് നേഷൻസിൽ അംഗ മായിരുന്നു.

ഗാന്ധിജിയെ ഐൻസ്റ്റൈൻ ഒരിക്കലും മുഖാമുഖം കണ്ടിരുന്നില്ല. എങ്കിലും അവർ പരസ്പരം എഴുത്തുകൾ കൈമാറിയിരുന്നു. ഗാന്ധിജി യോട് ഐൻസ്റ്റൈന് തികഞ്ഞ ആദരവുണ്ടായിരുന്നു. ഗാന്ധിജിയുടെ അഹിംസാമാർഗ്ഗം ഇന്ത്യയുടെ അതിരുകൾ താണ്ടി ലോകത്തിലെ സംഘർഷങ്ങൾ പരിഹരിക്കാനെത്തുമെന്ന് അദ്ദേഹം പ്രതീക്ഷിച്ചു. ഗാന്ധിജിയെക്കുറിച്ച് അദ്ദേഹം പറഞ്ഞ വാക്കുകൾ സ്മരണീയമാണ്:

"തലമുറകൾ കഴിയുമ്പോൾ ഇതു പോലൊരു മനുഷ്യൻ ഈ ഭൂമിയില്ലുണ്ടായിരുന്നുവെന്ന് വിശ്വസിക്കുന്നവർ വിരളമായിരിക്കും."

എന്നെങ്കിലുമൊരിക്കൽ തമ്മിൽക്കാണണമെന്ന മോഹം ഗാന്ധി ജിക്കുമുണ്ടായിരുന്നു. ആ മോഹം മോഹമായ്തന്നെ അവശേഷിച്ചു.

1930-ൽ ഐൻസ്റ്റൈൻ മറ്റൊരിന്ത്യാക്കാരനെ തന്റെ വീട്ടിലേക്ക സ്വാഗതം ചെയ്തു- മറ്റാരെയുമല്ല, രബീന്ദ്രനാഥ ടാഗോറിനെ. ഗാന്ധി ജിക്കുള്ള കത്തുകളിൽ ഐൻസ്റ്റൈൻ അഹിംസയെക്കുറിച്ചാണ്

സംസാരിച്ചത്. എന്നാൽ, നോബൽ ജേതാവായിരുന്ന ഭാരതീയ കവിയുമായ് അദ്ദേഹം സംസാരിച്ചത് സത്യത്തെയും സൗന്ദര്യത്തെ യും കുറിച്ചാണ്. ടാഗോറിനെ ഐൻസ്റ്റൈൻ ബഹുമാനപൂർവ്വം "റബായ്" (Rabbi), അല്ലെങ്കിൽ റബ്ബീ എന്നാണ് വിളിച്ചത്. യഹൂ ദർക്കിടയിൽ ഗുരുവിനെ 'റബായ്' എന്നാണ് വിളിക്കാറ്.

ഗാന്ധിജിയെപ്പോലെ, ഗുരുദേവനെ(ടാഗോറിനെ)പ്പോലെ അക്കാലത്ത് ലോകർക്ക് പ്രിയങ്കരനായ മറ്റൊരാൾക്കൂടി ഉണ്ടായിരു ന്നു: ചാർളി ചാപ്ലിൻ. ശബ്ദമില്ലാത്ത സിനിമകളിലൂടെ ലോകത്തെങ്ങു മുള്ളവരുടെ മനം കവർന്ന സിനിമാനിർമ്മാതാവും അഭിനേതാവും. ഐൻസ്റ്റൈന് ചാപ്ലിനെ ഒന്നു കണ്ടാൽക്കൊള്ളാമെന്നുണ്ടായിരു ന്നു. 1931-ൽ അദ്ദേഹത്തിന് അതിനുള്ള അവസരം ലഭിച്ചു. ചാപ്ലിന്റെ "ദ സിറ്റി ലൈറ്റ്സ്" എന്ന സിനിമയുടെ ആദ്യപ്രദർശനം കാണാൻ അദ്ദേഹത്തിന് ക്ഷണം കിട്ടി.

രണ്ടുപേരും കണ്ടുമുട്ടിയപ്പോൾ ഒരുപാട്ട നേരം സംസാരിക്കുകയു ണ്ടായി. സംസാരിക്കുന്നതിനിടയിൽ ഐൻസ്റ്റൈൻ പറഞ്ഞു:

"താങ്കളുടെ കലയിൽ ഞാൻ അങ്ങേയറ്റം ആദരിക്കുന്ന ഒന്ന് അതിന്റെ സാർവ്വത്രികതയാണ്. താങ്കൾ ഒന്നും പറയാതിരിക്കുമ്പോ ഴും എല്ലാവർക്കും താങ്കളെ മനസ്സിലാകുന്നു."

ചാപ്ലിൻ മറുപടി പറഞ്ഞു:

"ശരിയാണ്. പക്ഷേ, താങ്കളുടെ മഹത്വം അതിലും കേമമാണ്.

     ആപേക്ഷികതയുടെ ആശാൻ

താങ്കൾ പറയുന്നതൊന്നും മനസ്സിലാക്കാൻ കഴിയുന്നില്ലെങ്കിലും, എല്ലാവരും താങ്കളെ ആരാധിക്കുന്നു."

ഐൻസ്റ്റൈന്റെ സിദ്ധാന്തങ്ങൾ ആൾക്കാർക്ക് ദുർഗ്രഹമായിരുന്നിട്ടും, അവർ ഐൻസ്റ്റൈനെ ആരാധിച്ചതിന് കാരണമെന്താണ്? അതിനൊരു കാരണം ആ മനുഷ്യന്റെ സ്വഭാവം തന്നെയാണ്. അദ്ദേഹത്തിന്റെ ശാന്തപ്രകൃതി - ആർദ്രത - സൗഹൃദഭാവം. അദ്ദേഹം പോയിടത്തൊക്കെ ആൾക്കാർക്ക് അതനുഭവപ്പെട്ടതാണ്. 1920-കൾ മുതൽ 1930-കളുടെ ആദ്യപാദംവരെ അദ്ദേഹം സഞ്ചാരത്തിലായിരുന്നല്ലോ. അമേരിക്ക, ഫ്രാൻസ്, ചൈന, സ്കാൻഡിനേവിയ, സ്പെയ്ൻ, ബ്രിട്ടൻ, ജപ്പാൻ - ഇവിടെയൊക്കെ അദ്ദേഹം പ്രഭാഷണങ്ങൾ നൽകി. അന്ന് കമ്മ്യൂണിസ്റ്റ് രാജ്യമായിരുന്ന റഷ്യ സന്ദർശിക്കാൻ ക്ഷണം കിട്ടിയ ആദ്യകാല സന്ദർശകരിൽ ഒരാൾ ഐൻസ്റ്റൈൻ ആയിരുന്നു. അതിൽനിന്നു മനസ്സിലാക്കാം അദ്ദേഹത്തിന്റെ ലോകസമ്മതി. ഈ രാജ്യങ്ങളിലൊക്കെ അദ്ദേഹം പോയത്, പക്ഷേ, ഒരു ജർമ്മനിക്കാരനായിട്ടല്ല, സ്വതന്ത്ര വ്യക്തിയായിട്ടാണ്.

എന്തെങ്കിലുമൊരു നേട്ടം ജീവിതത്തിലുണ്ടായാൽ, ആളുകളിൽ പൊതുവേ കാണുന്ന ഒരു സ്വഭാവമുണ്ട്: "ഞാൻ, ഞാൻ"എന്ന ഭാവം. അഹംഭാവം. പലരും ജോലികളിലേർപ്പെടുന്നത് ആ ജോലി ചെയ്യുന്നതിൽ ആനന്ദമുള്ളതുകൊണ്ടല്ല; മറിച്ച്, അതിൽനിന്നുണ്ടാകുന്ന

നേട്ടങ്ങൾ ഓർത്തും, ആ നേട്ടങ്ങൾ കൊണ്ട് മറ്റള്ളവരുടെ കണ്ണിൽ വലിയവൻ ചമയാനുമാണ്. എന്നാൽ, ചില മനുഷ്യർ അങ്ങനെയല്ല. അവരൊരു ജോലിയിൽ മുഴുകുന്നത് ആ ജോലി ആനന്ദമുണ്ടാക്ക നതുകൊണ്ടാണ്. ജോലിയിലൂടെ നേട്ടമുണ്ടായാലും ഇല്ലെങ്കിലും അവരാ ജോലി ചെയ്തിരിക്കും. മറ്റള്ളവരുടെ കണ്ണിൽ തങ്ങളെങ്ങനെ പ്രത്യക്ഷപ്പെട്ടാലും, അവർക്കത് പ്രശ്നമേയല്ല. ഐൻസ്റ്റൈനും ഇക്കൂട്ടത്തിൽപ്പെട്ടയാളാണ്. അദ്ദേഹം ശാസ്ത്രഗവേഷണത്തിൽ അഭിരമിച്ചു; താനെന്തോ വലിയൊരു സംഭവമാണെന്ന തോന്നൽ അദ്ദേഹത്തെ തൊട്ടുതീണ്ടിയിട്ടുപോലുമില്ലായിരുന്നു. 1932-ൽ ബെൽ ജിയത്തിലെ എലിസബത്ത് രാജ്ഞിക്കെഴുതിയ അദ്ദേഹത്തിന്റെ കത്ത് നോക്കിയാൽ ഇതു മനസ്സിലാകും:

"ഭൗതികശാസ്ത്രം നമുക്കു മുന്നിൽ തുറന്നിട്ടുന്ന രഹസ്യങ്ങളെക്കുറി ച്ചു താങ്കളോട് പറയുന്നതിൽ എനിക്ക് നല്ല സന്തോഷമുണ്ട്. അവയെ നേരിടുന്ന നേരത്ത് നമ്മുടെ ബുദ്ധി എത്ര നിസ്സാരമാണെന്ന് വ്യക്ത മായ് മനസ്സിലാക്കാൻ മാത്രമുള്ള ബുദ്ധി, മനുഷ്യരെന്ന രീതിയിൽ, നമുക്കുണ്ട്. ഈ വിനയഭാവം എല്ലാവരിലുമെത്തിക്കാൻ കഴിഞ്ഞാൽ, മനുഷ്യരുടെ പ്രവൃത്തികൾ കൂടുതൽ ആകർഷകമായേനെ."

          ആപേക്ഷികതയുടെ ആശാൻ

പീഡനകാലം

പ്രശസ്തികൊണ്ട് ചില ഉപയോഗങ്ങളൊക്കെ ഇല്ലാതെയില്ല. പ്രശസ്തരായവർക്ക് അധികാരം ലഭിക്കും; മറ്റുള്ളവർക്കു ലഭിക്കാത്ത അവകാശങ്ങളും. ഐൻസ്റ്റൈനും തന്റെ പ്രശസ്തി നന്നായി വിനിയോഗിച്ചു. സമ്പത്തുണ്ടാക്കാൻ വേണ്ടിയല്ല; സ്വന്തം സുഖസൗകര്യങ്ങൾക്കു വേണ്ടിയുമല്ല. അദ്ദേഹം തന്റെ സ്വാധീനം സമാധാനദൗത്യങ്ങൾക്കും മാനവികദൗത്യങ്ങൾക്കും വേണ്ടിയാണു പയോഗിച്ചത്. അതുകൊണ്ട് ജീവിതം പ്രായസമുള്ളതായി എന്നുകൂടി പറയണമല്ലോ. പലപ്പോഴും തനിക്കു സാദ്ധ്യമല്ലാത്ത കാര്യങ്ങൾക്കു വേണ്ടി ആളുകൾ അദ്ദേഹത്തെ ശല്യപ്പെടുത്താൻ തുടങ്ങി. പത്രലേ ഖകന്മാർ സ്വൈര്യം കൊട്ടക്കാതെയായി. ആരാധകർ ഒരു നോക്കു കാണാൻ തിക്കിത്തിരക്കിയെത്താൻ തുടങ്ങി.

സഹായമർഹിക്കുന്നവരോട് ഐൻസ്റ്റൈൻ എപ്പോഴും മര്യാ ദയോടെയാണ് പെരുമാറിയത്. തന്റെ ആശയങ്ങളിൽ ആകൃഷ്ട രായ സാധാരണക്കാർ എഴുതുന്ന കത്തുകൾക്ക് മറുപടിയെഴുതാൻ അദ്ദേഹം സമയം കണ്ടെത്തി. ചിലരൊക്കെ അദ്ദേഹത്തിന്റെ മാർഗ്ഗ നിർദ്ദേശത്തിനു വേണ്ടിയും കത്തുകളെഴുതാറുണ്ടായിരുന്നു. 1932-ൽ, തന്റെയൊരു സുഹൃത്തിന്റെ മകൾ ഉപദേശമാവശ്യപ്പെട്ടപ്പോൾ അദ്ദേഹം അവൾക്കിങ്ങനെ എഴുതി:

"തീർത്തും സുന്ദരവും സ്വതന്ത്രവുമായ ഒരു ജീവിതം ആഗ്രഹിക്കുന്ന ആദ്യത്തെ തലമുറയല്ല നിന്റെ തലമുറയെന്ന് നിനക്കറിയാമോ?

ആൽബർട്ട് ഐൻസ്റ്റൈൻ

കുഴപ്പത്തിനും വെറുപ്പിനും ഇരയായ് മാറിയ നിന്റെ പൂർവികരും നിന്നെപ്പോലെതന്നെയാണ് ചിന്തിച്ചതെന്ന് നിനക്കറിയാമോ? ആളുകളുടെ മാത്രമല്ല, മൃഗങ്ങളുടെ, ചെടികളുടെ, നക്ഷത്രങ്ങളുടെയൊ ക്കെ സ്നേഹവും സഹാനുഭൂതിയുമില്ലാതെ നിന്റെ ഉൽക്കടമായ അഭി ലാഷങ്ങൾ സാക്ഷാത്ക്കാരത്തിലെത്തില്ലെന്നും നിനക്കറിയാമോ? ഓരോന്നിന്റെയും ആനന്ദം നിന്റെ ആനന്ദമാകണം; ഓരോന്നിന്റെ യും വേദന നിന്റെ വേദനയാകണം. നീ നിന്റെ കണ്ണുകൾ തുറന്ന പിടിക്കൂ; ഹൃദയവും കൈകളും തുറക്കൂ. നിന്റെ പൂർവികർ ചരിത്രത്തിൽ നിന്ന് ആർത്തിയോടെ വലിച്ചുകുടിച്ച വിദ്വേഷത്തിന്റെ വിഷം നിന്നെ തീണ്ടാതെ നോക്കൂ. അപ്പോഴാണ് ഈ ഭൂമി നിന്റെ പിതൃഭൂമിയാവുക - നിന്റെ പരിശ്രമങ്ങൾ അനുഗ്രഹങ്ങൾ വാരിവിതറുക."

രാഷ്ട്രീയപ്രാധാന്യമുള്ള പല ദൗത്യങ്ങളിലും ഐൻസ്റ്റൈൻ ഭാഗഭാക്കായിരുന്നു. അവയിലൊന്നാണ് "സിയോണിസം" (Zionism). ഒന്നാം ലോകമഹായുദ്ധത്തിനു ശേഷം യൂറോപ്പിൽ പടർന്നുപന്തലിച്ച ഒരു പ്രസ്ഥാനമാണ് സിയോണിസം. ഇസ്രാ യേലിൽ ഒരു യഹൂദഭരണകൂടം സ്ഥാപിക്കണമെന്നവകാശപ്പെട്ട യഹൂദരെ പിന്തുണക്കുന്നവരെയാണ് "സിയോണിസ്റ്റുകൾ" എന്ന് വിളിക്കുന്നത്. പരമ്പരാഗതമായി യഹൂദജനതയുടെ പിതൃഭൂമി ഇസ്രായേൽ ആണെന്ന് അറിയാമല്ലോ. ഒരുപാടുകാലം പീഡനവും യാതനയും അനുഭവിച്ചവരാണ് യഹൂദന്മാർ. പല രാജ്യങ്ങളിലായി ചിതറിക്കിടന്നിരുന്ന ഈ ജനത ഇസ്രായേലിൽ സമാധാനത്തോടെ സ്വതന്ത്രമായി കഴിയാമെന്ന് മോഹിച്ചു; അവിടെ തങ്ങളുടേതായ യഹൂദരീതിയിൽ ജീവിക്കാമെന്ന് സ്വപ്നം കണ്ടു.

ഐൻസ്റ്റൈൻ യഹൂദിയാണെന്ന് പറഞ്ഞിരുന്നല്ലോ. യഹൂദിയാ ണെങ്കിലും, അദ്ദേഹം നിത്യജീവിതത്തിൽ യഹൂദമതനിയമങ്ങളൊ ന്നും അങ്ങനെ പാലിച്ചിരുന്നില്ല. പക്ഷേ, കടുത്ത നീതിബോധമുള്ള ആളായിരുന്നു ഐൻസ്റ്റൈൻ. ഓരോരാൾക്കും സ്വതന്ത്രമായും അന്തസ്സോടെയും ജീവിക്കുവാനുള്ള അവകാശമുണ്ടെന്ന് ഉറച്ച വിശ്വ സിച്ച മനുഷ്യൻ. കാലാന്തരത്തിൽ, അദ്ദേഹത്തിനും തനിക്കൊരു "യഹൂദമനസ്സാ"ണുള്ളതെന്ന തോന്നലുണ്ടായി. തന്റെ സിയോണിസ്റ്റ് സുഹൃത്തുക്കൾക്ക് അദ്ദേഹം പിന്തുണ നൽകി. സിയോണിസത്തെ പ്പറ്റി അദ്ദേഹം ഇങ്ങനെ പറഞ്ഞു:

 ആപേക്ഷികതയുടെ ആശാൻ

"യഹൂദജനതയ്ക്ക് അവരുടെ ജീവിതാനന്ദം തിരിച്ചുപിടിക്കാനുള്ള ഒരു ശ്രമമാണിത്".

ജർമ്മനിയിലെ രാഷ്ട്രീയ കാലാവസ്ഥ അക്കാലത്ത് കലുഷിത മായിരുന്നു. യഹൂദികൾക്കെതിരെ ആക്രമണങ്ങൾ പൊട്ടിപ്പുറപ്പെട്ട കാലം. ഉന്നത പദവിയുണ്ടായിരുന്നിട്ടും, വിശ്വപ്രശസ്തിയുണ്ടായിരുന്നി ട്ടും, ഐൻസ്റ്റൈനും വേട്ടയാടപ്പെട്ടു. സ്നേഹം പോലെ, പലപ്പോഴും വെറുപ്പും അന്ധമാണല്ലോ. അതിന് ആരെന്നോ എന്തെന്നോയുള്ള ചിന്തയില്ലല്ലോ. ഐൻസ്റ്റൈനെതിരെ ഒരു സംഘടനപോലും രൂപീ കരിക്കപ്പെട്ടു: "ഐൻസ്റ്റൈൻ വിരുദ്ധ സമാജം". ഒരു പുസ്തകവും പ്രസിദ്ധീകൃതമായി: "ഐൻസ്റ്റൈനെതിരെ ഒരു നൂറു എഴുത്തുകാർ". പുസ്തകത്തിന്റെ ലക്ഷ്യം, അദ്ദേഹത്തിന്റെ "ആപേക്ഷികത" തെറ്റാ ണെന്ന് സ്ഥാപിക്കുകയായിരുന്നു. സ്വതസിദ്ധമായ ശിശുമനസ്സോടെ ഐൻസ്റ്റൈൻ അതിനോട് പ്രതികരിച്ച്:

"ആപേക്ഷികതയെ പരാജയപ്പെടുത്താൻ ഒരു നൂറു ശാസ്ത്രജ്ഞ ൻമാരുടെ വാക്കുകൾ വേണ്ട; ഒരേയൊരു വസ്തുത മതി."

ആൽബർട്ട് ഐൻസ്റ്റൈൻ

ആപത്തുകളൊരിക്കലും ഒറ്റയ്ക്ക് വരാറില്ലല്ലോ. കൂട്ടമായാണ് അവയുടെ വരവ്. ജർമ്മനിയിലെ പത്രങ്ങളിൽ ഐൻസ്റ്റൈന്റെ ശാസ്ത്രചിന്തകളെ വിമർശിച്ചുകൊണ്ടുള്ള ലേഖനങ്ങൾ (ഇന്നാണെ ങ്കിൽ ട്രോളുകൾ എന്ന് പറയാം) വരാൻ തുടങ്ങി. അദ്ദേഹത്തിന് നേരെ കൊലപാതകശ്രമംവരെയുണ്ടായി. കുറ്റവാളിയെ പിടിച്ചെ ങ്കിലും, നിസ്സാരമായ പിഴയടച്ച് അയാൾക്ക് തടിതപ്പാൻ കഴിഞ്ഞു.

ഈ പീഡനങ്ങളൊക്കെ ഐൻസ്റ്റൈൻ ധീരമായും ശാന്തമായും നേരിട്ടു. ഒരു യഹൂദിയെന്ന നിലയിൽ തനിക്ക് അഭിമാനമുണ്ടെന്ന് കാണിക്കാൻ അദ്ദേഹം പീഡനമനുഭവിക്കുന്ന മറ്റ യഹൂദന്മാർക്ക് പിന്തുണ നൽകി; ബെർലിൻ യഹൂദസമിതിയിൽ അംഗമായി. തുടർന്ന വന്ന വർഷങ്ങൾ ഭീതിയുടെയും, പ്രതിഷേധത്തിന്റെയും, ജുഗു പ്സയുടെയും കാലമായിരുന്നു. അറസ്റ്റുകളുണ്ടായി; തടവിൽ പാർപ്പിക്ക ലുണ്ടായി. അവ പലപ്പോഴും കള്ളക്കേസുകളുടെ ബലത്തിലായിരുന്നു. ഭീഷണി - തല്ലിച്ചതക്കൽ - യഹൂദഭവനങ്ങൾ തല്ലിപ്പൊളിക്കൽ - ആൾക്കാരെ കാണാതാകൽ - സ്വത്തു നശിപ്പിക്കൽ - യഹൂദർ കൂട്ടുകൂ ട്ടുന്നത് തടയൽ - സഞ്ചാരനിരോധം - തൊഴില്യ കൊടുക്കാതിരിക്കൽ - അങ്ങനെ എണ്ണിയാലൊടുങ്ങാത്ത അനീതികൾ അഴിഞ്ഞാടി.

1930-കളുടെ തുടക്കത്തിൽ യൂറോപ്പിലെ രാഷ്ട്രീയ രംഗത്ത് ഒരു രാക്ഷസരൂപം ഉയർന്നു വന്നു. അഡോൾഫ് ഹിറ്റ്ലർ . ഹിറ്റ്ലറെ ക്കുറിച്ച് എല്ലാവരും കേട്ടിരിക്കുമല്ലോ; അദ്ദേഹത്തിന്റെ പാർട്ടിയായ "നാസി" (Nationalist, Socialist എന്നീ പദങ്ങളുടെ സംയുക്ത മാണ് നാസി [Na + Si]) പാർട്ടിയെക്കുറിച്ചും കേട്ടിരിക്കും. ജർമ്മനി യിലെ എല്ലാകുഴപ്പങ്ങൾക്കും കാരണം യഹൂദന്മാരാണെന്ന് വിശ്വ സിച്ചവരാണ് നാസികൾ. രാഷ്ട്രീയമായ കുഴപ്പത്തിന് കാരണക്കാർ ആരാണ്? യഹൂദന്മാർ. സാമൂഹിക സംഘർഷങ്ങൾക്ക് ആരാണ് കാരണം? ഇതേ യഹൂദികൾ തന്നെ. സാമ്പത്തിക വിഷമങ്ങൾ ഉണ്ടാക്കുന്നതാരാണ്? അതും യഹൂദജനത തന്നെ. നമ്മുടെ വീടിന കത്തെ കുഴപ്പം നമ്മുടെ പിടിപ്പുകേടുകൊണ്ടും മടികൊണ്ടും ഉണ്ടാ യതാണെന്ന് നമ്മുടെ ദുരഭിമാനം സമ്മതിക്കില്ലല്ലോ. അപ്പോൾ, അതിനു കാരണമായി, നമ്മളത് അയൽക്കാരുടെ കുറ്റം കൊണ്ടാ ണെന്ന് പറയും. അതുപോലെയാണ് നാസികൾ ജർമ്മനിയിലെ എല്ലാ പ്രശ്നങ്ങളും യഹൂദികളുടെമേൽ ചാർത്തിയത്. അതു വെള്ളം

     ആപേക്ഷികതയുടെ ആശാൻ

തൊടാതെ വിഴുങ്ങിയത് ജർമ്മനിയിലെ സാധാരണക്കാർ മാത്രമല്ല, ബുദ്ധിജീവികളും കൂടിയാണ്.

ഐൻസ്റ്റൈനെ ശല്യപ്പെടുത്തുന്നത് നാസികൾക്ക് ഒരു ഹരമായി. ഒന്നാമത്, അദ്ദേഹം ഒരു ജൂതനാണ്. രണ്ടാമത്, അദ്ദേഹത്തിന് രാഷ്ട്രീയമായ ദേശഭക്തി ഒട്ടും ഇഷ്ടമല്ല. ഇതൊന്നും പോരാഞ്ഞ്, അദ്ദേഹം ഒരു സമാധാനവാദിയുമാണ്. നാസികൾ ആരെയൊക്കെ വെറുത്തുവോ, അവരെയൊക്കെ ഐൻസ്റ്റൈന് ഇഷ്ടമായിരുന്നു- കമ്യൂണിസ്റ്റുകൾ, മതനേതാക്കൾ, ബുദ്ധിജീവികൾ, കലാകാരന്മാർ, തത്ത്വചിന്തകന്മാർ. ഐൻസ്റ്റൈന്റെ പല സഖാക്കളെയും നാസികൾ അറസ്റ്റ് ചെയ്ത് തടവിലാക്കി. ആ സമയത്ത് അമേരിക്കയിലായിരുന്ന അദ്ദേഹം ഘോരമായ ഈ അനീതിയിൽ പ്രതിഷേധിച്ച് ഒരു കത്തെഴുതി. അതോടെ, അദ്ദേഹം ജർമ്മൻ ഭരണക്കൂടത്തിന്റെ കണ്ണിലെ കരടായി; സ്വദേശത്തേക്ക് മടങ്ങാൻ അദ്ദേഹത്തിന് പറ്റാതായി.

1933-ൽ ഹിറ്റ്ലറുടെ രാഷ്ട്രീയകക്ഷിയായ നാസി പാർട്ടി ജർമ്മ നിയിൽ അധികാരത്തിൽ വന്നു. ഹിറ്റ്ലർ ജർമ്മനിയുടെ ചാൻ സിലറായി. അപ്പോഴും അമേരിക്കയിലായിരുന്ന ഐൻസ്റ്റൈന്റെ ബെർലിനിലെ വീട്ടിൽ നാസിപ്പോലീസ് ഒരു മിന്നൽ പരിശോധന നടത്തി. ഒളിപ്പിച്ചുവെച്ച കമ്യൂണിസ്റ്റ് ആയുധങ്ങൾ പിടിച്ചെടുക്കാനാ ണെന്നാണ് അവർ പറഞ്ഞത്. പക്ഷേ, അവർക്ക് റൊട്ടി മുറിക്കാനുള്ള ഒരു കത്തി മാത്രമേ കിട്ടിയുള്ളൂ. ഇങ്ങനെ (ദേശദ്രോഹ) മുദ്ര ചാർത്ത പ്പെട്ട ഐൻസ്റ്റൈൻ, പക്ഷേ, യൂറോപ്പിലേക്ക് ധൈര്യസമേതം തിരി കെപ്പോന്നു. ബെൽജിയത്തിൽ, അവിടത്തെ രാജ്ഞിയുടെ സംര ക്ഷണത്തിൽ, അദ്ദേഹം കഴിഞ്ഞു. എൽസയുടെ രണ്ട പെണ്മക്കളും, ഐൻസ്റ്റൈന്റെ സെക്രട്ടറിയും എങ്ങനെയോ ജർമ്മനിയിൽനിന്ന് തടിതപ്പി. ഐൻസ്റ്റൈന്റെ മരുമകൻ അദ്ദേഹത്തിന്റെ ശാസ്ത്രലേ ഖനങ്ങൾ ഫ്രാൻസിലേക്ക് രഹസ്യമായ് കടത്തി. 1933-ഒക്ടോബർ 17. ഐൻസ്റ്റൈനും കുടുംബവും അമേരിക്കയിലേക്ക് കപ്പൽ കയറി. പിന്നീടൊരിക്കലും അദ്ദേഹം യൂറോപ്പിൽ കാലു കുത്തിയില്ല.

പരമാണുബോംബ്

ബെർലിൻ വിടാൻ ഐൻസ്റ്റൈൻ മുമ്പേ തീരുമാനിച്ച താണ്. 1932-ൽ അദ്ദേഹത്തിന് അമേരിക്കയിൽനി ന്ന് ഒരു ക്ഷണം വന്നിരുന്നു - പ്രിൻസ്റ്റൺ സർവ്വകലാശാലയിൽ പ്രഫസറാകാൻ വേണ്ടി. പ്രിൻസ്റ്റണിലേക്കുള്ള ക്ഷണം അദ്ദേഹ ത്തിന് കിട്ടിയ നിരവധി ക്ഷണങ്ങളിൽ ഒന്നായിരുന്നു. ആ വർഷം അവസാനം അദ്ദേഹം ആ ക്ഷണം സ്വീകരിക്കാൻ തീരുമാനിച്ചു. പ്രിൻസ്റ്റൺ, ഐൻസ്റ്റൈന്റെ ശിഷ്ടജീവിതത്തിലെ 'അക്കാദമിക്' ഭവനമായ് മാറി.

ഐൻസ്റ്റൈൻ അമേരിക്കയിലേക്ക് കുടിയേറിയതുകൊണ്ടോ ന്നും അദ്ദേഹത്തെ വേട്ടയാടുന്നത് നാസികൾ മതിയാക്കിയില്ല. ആശയങ്ങൾ നശിപ്പിക്കാൻ പുസ്തകങ്ങൾ കത്തിച്ചാൽ മതിയെന്നു വിചാരിച്ച മണ്ടന്മാരാണ് നാസിനേതാക്കൾ. അവർ കൂട്ടംകൂട്ടിയിട്ട് കത്തിച്ച പുസ്തകങ്ങളുടെ കൂട്ടത്തിൽ ഐൻസ്റ്റൈന്റെ ലേഖനങ്ങളും പെട്ടു. "യഹൂദചിന്തകളുടെ ചിത"യെന്നാണ് നാസിനേതാക്കൾ ഈ ഗ്രന്ഥദഹനത്തെ വിശേഷിപ്പിച്ചത്. ഐൻസ്റ്റൈന്റെ ലേഖ നങ്ങൾ കത്തിച്ചതിനൊപ്പം അവർ അദ്ദേഹത്തിന്റെ തലയ്ക്കും വിലയിട്ടു. ആരാണോ ഐൻസ്റ്റൈന്റെ തലവെട്ടിക്കൊണ്ടുവരുന്നത് അയാൾക്ക് $ 5, 000 ഇനാം കിട്ടുമെന്ന് അവർ പ്രഖ്യാപിച്ചു. കൂടാതെ, അവർ ഒരു മാസികയുടെ മുഖചിത്രമായ് ഐൻസ്റ്റൈന്റെ പടമിട്ട് ,അതിനു താഴെ, "ഇനിയും തൂക്കിലേറ്റപ്പെടാത്തവൻ" എന്നൊരു ശീർഷകവും കൊടുത്തു.

 ആപേക്ഷികതയുടെ ആശാൻ

ബെർലിനിലെ തിക്കും തിരക്കും ബഹളവും കണ്ടു വളർന്ന ഐൻസ്റ്റെന് പ്രിൻസ്റ്റണിലെ ശാന്തി വിചിത്രമായ് അനുഭവപ്പെ ട്ടു. പുതിയ ജീവിതവുമായി അദ്ദേഹവും കുടുംബവും മെല്ലെമെല്ലെ പൊരുത്തപ്പെട്ടുവന്നു. കൂടെത്താമസിക്കാൻ അനിയത്തി മായ കൂടിയെത്തിയപ്പോൾ അദ്ദേഹത്തിന് പറഞ്ഞറിയിക്കാനാകാത്ത സന്തോഷമുണ്ടായി. ജർമ്മൻ സർക്കാർ യഹൂദജനതയെ ഒന്നടങ്കം ഇല്ലാതാക്കാൻ കച്ചകെട്ടിയിറങ്ങിയപ്പോൾ, അവളും യൂറോപ്പിൽനി ന്ന് ഒളിച്ചോടിപ്പോരുകയായിരുന്നു.

1936-ൽ ഐൻസ്റ്റെൻ അമേരിക്കൻ പൗരനായി; അതേസമയം, സ്വിസ് പൗരത്വം ഉപേക്ഷിച്ചതുമില്ല. അമേരിക്കയില്ലും അദ്ദേഹം അത്ര സുരക്ഷിതനായിരുന്നില്ല. മറയില്ലാതെ രാഷ്ട്രീയപ്രവർത്തന ങ്ങളിലേർപ്പെട്ടാൽ നാസികൾ ആക്രമിക്കാൻ ഇടയുണ്ടെന്ന് അദ്ദേ ഹത്തിന് മുന്നറിയിപ്പു കിട്ടിയിരുന്നു. പൊതുവേ, ആ ഉപദേശം സ്വീ കരിച്ചാണ് അദ്ദേഹം നീങ്ങിയത്. ഇക്കാലത്ത് അദ്ദേഹത്തിൽ ചില മാറ്റങ്ങളുണ്ടായി. പ്രത്യേകിച്ച്, അദ്ദേഹത്തിന്റെ രാഷ്ട്രീയ നിലപാടിൽ. സമാധാനവാദം അദ്ദേഹം ഉപേക്ഷിച്ചു. ഹിറ്റ്ലറുടെ നയങ്ങൾ അത്ര ഭീകരമായിരുന്നു. എന്ത് വിലകൊടുത്തും ആ നയങ്ങൾ നിർത്തലാക്കണമെന്ന് അദ്ദേഹത്തിന് തോന്നി. അപ്പോഴും, ലോകമെങ്ങും ആയുധനിർമ്മാർജ്ജനവും, യുദ്ധം ചെയ്യാതിരിക്കാ നുള്ള അവകാശവും അദ്ദേഹത്തിന്റെ ആദർശങ്ങളായി നിലകൊണ്ടു.

പക്ഷേ, തൽക്കാലത്തേക്ക് ഈ ആദർശങ്ങൾ മാറ്റിവെക്കാൻ, മടി യോടെയെങ്കിലും, അദ്ദേഹം തീരുമാനിച്ചു. അദ്ദേഹമെഴുതി:

"സംഘടിതശക്തിയെ സംഘടിതശക്തികൊണ്ടേ എതിരിടാൻ കഴിയൂ. എനിക്കിതിൽ ഖേദമുണ്ടെങ്കിലും, വേറെ വഴിയില്ല."

ജർമ്മനിയിൽ നിത്യേന നടമാടുന്ന ക്രൂരകൃത്യങ്ങളുടെ വൃത്താന്തം അമേരിക്കയിലുമെത്തുന്നുണ്ടായിരുന്നു. അഡോൾഫ് ഹിറ്റ്‌ലർ അധി കാരത്തിൽ വന്നതോടെ, ജർമ്മനിയിലെ യഹൂദികൾക്കുണ്ടായ യാതന ചിന്തിക്കാൻപോലും പറ്റാത്തതാണ്. ആവേശഭരിതമായ പ്രഭാഷണങ്ങൾ - ഭീമമായ ബഹുജനറാലികൾ - മറ്റ പ്രചാരണവേ ലകൾ - ഇവയൊക്കെ യഹൂദജനതയോട്ടുള്ള വിദ്വേഷം ഇളക്കി വിടാൻ വിനിയോഗിക്കപ്പെട്ടു. ഇതിനിടയിൽ വിചിത്രമായൊരു പ്ര ഖ്യാപനവും നാസികൾ നടത്തി: "ജർമ്മനി ആര്യമഹാവംശത്തിന്റെ സ്വദേശമാണ്." അങ്ങനെയുള്ള ദേശത്ത് യഹൂദികൾക്കിടമില്ല - യഹൂദ ദികൾക്കെന്നല്ല, നാടോടികൾക്കും മറ്റ ന്യൂനപക്ഷ വംശങ്ങൾക്കും ഇടമില്ല. ആര്യന്മാരല്ലാത്ത എല്ലാറ്റിനേയും ഇല്ലാതാക്കാൻ ഹിറ്റ്‌ലറും അയാളുടെ നാസിപ്പടയും നിശ്ചയിച്ചു. ജർമ്മനിയിലെ എല്ലാ പ്രശ്ന ങ്ങൾക്കും അതോടെ ഒരന്തിമ പരിഹാരമാകും.

നിരവധി യഹൂദികൾ രാജ്യം വിട്ടോടി; ചിലരൊക്കെ ഒളിവിൽ പ്പോയി. പക്ഷേ, ഒരു മഹാഭൂരിപക്ഷത്തിന് അങ്ങനെയൊന്നും രക്ഷപ്പെടാനായില്ല. അവരെയൊക്കെ കന്നുകാലികളെപ്പോലെ നാസികൾ തടങ്കൽപ്പാളയങ്ങളിലേക്ക് (Concentration Camps) ആട്ടിത്തെളിച്ചുകൊണ്ടുപോയി; അവിടെ അവർക്ക് പീഡനമനുഭവി ക്കേണ്ടി വന്നു; നടുവൊടിയെ പണിയെടുക്കേണ്ടി വന്നു; നാളുകളോളം പട്ടിണി കിടക്കേണ്ടി വന്നു. എണീറ്റ് നിൽക്കാൻ വയ്യാതെ പലരും കുഴഞ്ഞുവീണ മരിച്ചു. 1933-നും 1945-നുമിടയിൽ അറുപത ലക്ഷം യഹൂദരാണ് ചത്ത ചാമ്പലായത്.

1939. ജർമ്മനി പോളണ്ടിനുമേൽ കടന്നുകയറിയ കാലം. അതോടെ രണ്ടാം ലോകമഹായുദ്ധവും ഉടങ്ങി. ഇക്കാലത്ത് ഐൻസ്റ്റൈന്റെ പഴയൊരു ചങ്ങാതി, സിലാഡ് (Szilard) അദ്ദേഹ ത്തെ കാണാൻ വന്നു. ദ്രവ്യത്തെ ഊർജ്ജമാക്കാനും ഊർജ്ജത്തെ ദ്രവ്യമാക്കാനും കഴിയുമെന്ന ഐൻസ്റ്റൈന്റെ സിദ്ധാന്തത്തിന്റെ

            ആപേക്ഷികതയുടെ ആശാൻ

ഓപ്പൺഹെയ്മ്മർ

$(E = mc^2)$ അടിസ്ഥാനത്തിൽ ശക്തിയേറിയ ഒരു ബോംബുണ്ടാക്കാമെന്ന് സിലാഡിന് തോന്നിയിരുന്നു. യുറേനിയംകൊണ്ട് ഒരാണവപ്രതിപ്രവർത്തനം സൃഷ്ടിക്കാനാണ് അദ്ദേഹം ഉദ്ദേശിച്ചത്. പക്ഷേ, തന്റെ ചിന്തയ്ക്ക് ചെവി തരാൻ ആരും തയ്യാറാകില്ലെന്ന് സിലാഡിന് തോന്നി. മൂപ്പർ നേരെ ഐൻസ്റ്റൈനെ കാണാൻ പോയി. സിലാഡെഴുതിയ കുറിപ്പുകൾ കണ്ട് ഐൻസ്റ്റൈൻ ഞെട്ടി:

"ഇതു ഞാൻ ചിന്തിച്ചിട്ടുപോല്യമില്ല."

അത്തരമൊരു ബോംബ് സാദ്ധ്യമാണെന്ന് അദ്ദേഹത്തിന് ബോദ്ധ്യമായി. ജർമ്മനിക്കാർ അങ്ങനെയൊരു ബോംബുണ്ടാക്കാനിടയുണ്ടെന്നും അദ്ദേഹത്തിന് തോന്നി.

ജൂതന്മാരെയെല്ലാം ഒന്നടങ്കം കൊന്നൊടുക്കാൻ വിറളി പിടിച്ച് നടക്കുന്ന നാസികളുടെ കയ്യിൽ ഇത്തരമൊരു ബോംബുകിട്ടിയാലോ? ആ അവസ്ഥ ചിന്തിക്കാൻപോലും കഴിയില്ല. അവന്മാർ ബോംബുണ്ടാക്കാനുള്ള ശ്രമത്തിലാണെങ്കിൽ അത് തടഞ്ഞേപറ്റൂ. ഐൻസ്റ്റൈൻ അമേരിക്കൻ പ്രസിഡണ്ട് റൂസ്വെൽറ്റിന് കത്തെഴുതി; തന്റെ ആശങ്കകൾ അറിയിച്ചു: ആണവോർജ്ജമുപയോഗിച്ച് ബോംബുണ്ടാക്കാൻ കഴിയുമെന്ന കാര്യവുമറിയിച്ചു. കത്തു കിട്ടിയ റൂസ്വെൽറ്റ് രഹസ്യമായി ആണവായുധഗവേഷണം നടത്താനുള്ള ഉദ്യമത്തിലായി. "മാൻഹാട്ടൺ പ്രോജക്ട്" എന്നാണ് ഈ ഗവേഷണപദ്ധതിക്ക് പേരിട്ടത്. കാലക്രമത്തിൽ ആറ്റംബോംബ് അമേരിക്ക നിർമ്മിച്ചതും, ജപ്പാനെതിരെ അത് ഹിരോഷിമയിലും നാഗസാക്കിയിലും പ്രയോഗിച്ചതും എല്ലാവർക്കുമറിയുന്ന ചരിത്രമാണല്ലോ.

വൃത്തികെട്ട അണുബോംബിന്റെ പേരിൽ ഐൻസ്റ്റൈൻ ഒരുപാട് പഴി വാങ്ങിക്കൂട്ടിയിട്ടുണ്ട്. പക്ഷേ, ബോംബിന്റെ ഉത്തരവാദിത്വം അദ്ദേഹത്തിന്റെ തലയിൽ കെട്ടിവെക്കുന്നത് അന്യായമാണ്. ബോംബിന് രൂപകൽപ്പന നൽകിയ ഓപ്പൺഹെയ്മ്മർ തന്നെ അത് വ്യക്തമാക്കിയിട്ടുണ്ട്. അദ്ദേഹം പറയുന്നു:

"അദ്ദേഹം [ഐൻസ്റ്റൈൻ] റൂസ്വെൽറ്റിന് ആണവോർജ്ജ ത്തെക്കുറിച്ചുള്ള ഒരു കത്തെഴുതിയെന്നത് ശരിയാണ്. അതിനൊരു കാരണം നാസികളുടെ ക്രൂരതയോർത്തുള്ള വേദനയാണ്; മറ്റൊരു കാരണം, ആർക്കും ഒരു തരത്തിലും ഹാനിയുണ്ടാകാതിരിക്കാൻ വേണ്ടിയാണ്. പക്ഷേ, ഈ കത്തുകൊണ്ട് യാതൊരു ഫലവുമുണ്ടാ യില്ലെന്ന് പറയാൻ ഞാൻ ആഗ്രഹിക്കുന്നു. പിന്നീടുണ്ടായ ഒരു സംഗതിക്കും, സത്യത്തിൽ, ഐൻസ്റ്റൈൻ ഉത്തരവാദിയല്ല."

ജർമ്മനിക്കാർ ബോംബുണ്ടാക്കാൻ പ്രാപ്തരല്ല എന്നറിഞ്ഞിരു ന്നുവെങ്കിൽ, അമേരിക്കക്കാരെ അതുണ്ടാക്കാൻ താൻ പ്രേരിപ്പിക്കുക യില്ലായിരുന്നുവെന്ന് ഐൻസ്റ്റൈനും പറയുകയുണ്ടായി. രണ്ടാമത്തെ ലോകമഹായുദ്ധം കഴിഞ്ഞപ്പോൾ അദ്ദേഹം ലോകത്തെവിടെയെ ങ്കിലും ആണവായുധങ്ങളുണ്ടെങ്കിൽ അവ നിർമ്മാർജ്ജനം ചെയ്യുന്ന തിന് മുന്നിട്ടിറങ്ങി. ലോകമെങ്ങും സമാധാനം നിലനിർത്താനുള്ള തന്റെ പഴയ നിലപാടിലേക്ക് അദ്ദേഹം മടങ്ങി വന്നു.

 ആപേക്ഷികതയുടെ ആശാൻ

അവസാനദിവസങ്ങൾ

രണ്ടാംലോകമഹായുദ്ധം കഴിഞ്ഞു. അമേരിക്ക ജയിച്ചു. യുദ്ധം ജയിച്ചെങ്കിലും സമാധാനം വീണ്ടെടുത്തുവെന്ന് പറയാൻ കഴിഞ്ഞില്ല. രണ്ടുതവണയാണ് ഐൻസ്റ്റൈൻ ആത്മാവിന്റെ അടിവേരിളക്കുന്ന കൂട്ടമരണങ്ങൾക്കും യാതനകൾക്കും സാക്ഷിയായത്. ഒരു ലോകഭരണക്കൂടം ഉണ്ടാകേണ്ടത് അത്യാവശ്യമാണെന്ന് അദ്ദേഹത്തിന് തോന്നി. അതോടുകൂടി രാഷ്ട്രങ്ങൾ തമ്മിലുള്ള ഭീക രമത്സരത്തിനൊരറുതി വരുമെന്ന് അദ്ദേഹം പ്രതീക്ഷിച്ചു. നമ്മുടെ "നാഗരികതക്കും മനുഷ്യവംശത്തിനും അതു മാത്രമാണ് ഒരു മോച നമാർഗ്ഗം," അദ്ദേഹം വാദിച്ചു.

ആണവഗവേഷണം സൃഷ്ടിച്ച അത്ഭുതകരമായ ഊർജ്ജം നാശം വിതക്കാൻ വേണ്ടിയാകരുതെന്ന് അദ്ദേഹം ഉറപ്പിച്ചു; അത് ലോക നന്മയ്ക്കാണ് ഉതകേണ്ടത്. സാങ്കേതികവിദ്യ ലോകത്തെങ്ങുമുള്ള പരിസ്ഥിതി വ്യവസ്ഥകളെ താറുമാറാക്കുന്നതിനെച്ചൊല്ലി ഇന്ന് പലർക്കും ആശങ്കകളുണ്ടല്ലോ. ഐൻസ്റ്റൈൻ അതേക്കുറിച്ച് അന്നേ ബോധവാനായിരുന്നു. അദ്ദേഹം 1917-ൽ ഒരു സുഹൃത്തിന് എഴുതി:

"നാം പ്രകീർത്തിക്കുന്ന സാങ്കേതികപുരോഗതി-നമ്മുടെ നാഗരികതതന്നെ - രോഗാതുരനായ ഒരു കുറ്റവാളിയുടെ കയ്യിലെ കോടാലിയാണ്."

ഇതിനിടയിൽ രസകരമായ മറ്റൊരു സംഗതി കൂടി പറയട്ടെ. ഐൻസ്റ്റൈന്റെ ഭാരതീയബന്ധത്തെക്കുറിച്ചുള്ള ഒരു സംഭവമാണ്.

സത്യേന്ദ്രനാഥബോസ്

സത്യേന്ദ്രനാഥബോസ് എന്നൊരു ഗണിതശാസ്ത്രജ്ഞൻ അദ്ദേഹ ത്തിനൊരു (ഗണിത) പ്രബന്ധം അയച്ചുകൊടുത്തു. സ്ഥിതിവിവ ര(statistical)ഗണിതമുപയോഗിച്ച് ക്വാണ്ടം മെക്കാനിക്സിനെ സമീപിക്കുന്നതിനെക്കുറിച്ചാണ് പ്രബന്ധം പ്രതിപാദിച്ചത്. ഐൻസ്റ്റൈൻ ഈ സമീപനം വാതകതന്മാത്രകളിൽ പ്രയോഗിച്ചു. അതിശയിപ്പിക്കുന്ന ഫലമാണ് അദ്ദേഹത്തിന് കിട്ടിയത്: ഒരു കൂട്ടം പരമാണുക്കളെ കേവലപൂജ്യത്തിലേക്ക് (-273°C) തണുപ്പിക്കുമ്പോൾ അവ മറ്റൊരു ദ്രവ്യാവസ്ഥ പ്രാപിക്കുന്നു. ഈ പുതിയ ദ്രവ്യാവസ്ഥ ഐൻസ്റ്റൈൻ-ബോസ് ഖരം (Einstein-Bose Condensate) എന്ന് അറിയപ്പെടുന്നു. 1995-ൽ ഈ ഖരാവസ്ഥ ലാബിൽ സൃഷ്ടിക്കപ്പെട്ടു.

മറ്റൊരു രസകരമായ സംഭവം രാഷ്ട്രീയവുമായ് ബന്ധപ്പെട്ട താണ്. ഇസ്രായേലിന്റെ രണ്ടാമത്തെ പ്രസിഡണ്ടായിരിക്കാൻ ഐൻസ്റ്റൈൻ ക്ഷണിക്കപ്പെട്ടു. യഹൂദജനതയെ സഹായിച്ചതിന്റെ പ്രത്യുപകാരമായിട്ടാണ് ഈ ക്ഷണം വന്നത്. സംഗതി ഗംഭീരമായി രുന്നുവെങ്കിലും, ഐൻസ്റ്റൈൻ അതു സ്വീകരിച്ചില്ല. അദ്ദേഹത്തിന് പ്രായം എഴുപത്തിയൊന്നായിരുന്നു. മനസ്സുപോകുന്നിടത്ത് ശരീര ത്തിന് പോകാൻ പ്രയാസമായിരുന്നു. മാത്രമല്ല, തനിക്ക് രാഷ്ട്രീയ സാമർത്ഥ്യമില്ലെന്നും അദ്ദേഹം വിശ്വസിച്ചു. ഐൻസ്റ്റൈനെ രാഷ്ട്രീ യക്കാർക്കെല്ലാം ബഹുമാനമായിരുന്നു. പക്ഷേ, അദ്ദേഹത്തിന്റെ ധാർമ്മികസത്യങ്ങൾ ലളിതമായ് വിളിച്ചു പറയുന്ന രീതി അവർക്ക്

 ആപേക്ഷികതയുടെ ആശാൻ

ഐൻസ്റ്റൈൻ, ഇന്ത്യൻ പ്രധാനമന്ത്രി ജവഹർലാൽ നെഹ്റു, അദ്ദേഹത്തിന്റെ മകൾ ഇന്ദിരാഗാന്ധി

ഉള്ളാലെ ഇഷ്ടമല്ലായിരുന്നു. നീക്കുപോക്കുകളും വിട്ടുവീഴ്ചകളും കൊണ്ട് ഉപജീവനം കഴിക്കുന്നവരാണല്ലോ മിക്ക രാഷ്ട്രീയജീവികളും.

പ്രായം ഏറിവന്നപ്പോഴും ഐൻസ്റ്റൈന്റെ മനസ്സ് സജീവമായിരുന്നു. ഗുരുതരമായ രോഗത്തിനടിമയായി ആശുപത്രിയിൽ കിടക്കുമ്പോഴും അദ്ദേഹം തന്റെ ഗണിതലേഖനങ്ങളില്ലൂടെ കടന്നു പോകുമായിരുന്നു. രോഗം അദ്ദേഹത്തെ കുറേനാൾ ശല്യപ്പെടുത്തി. 1955-ഏപ്രിൽ 18ന് പുലർച്ചെ അദ്ദേഹം അന്തരിച്ചു.

ആൽബർട്ട് ഐൻസ്റ്റൈനെ നമ്മളിന്ന് ഓർക്കുന്നത് വെറുമൊരു ശാസ്ത്രജ്ഞനായിട്ടല്ല. മഹാന്മാരായ ശാസ്ത്രജ്ഞരിലൊരാളാണ് അദ്ദേഹമെന്നത് തർക്കമില്ലാത്ത കാര്യമാണ്. പക്ഷേ, അദ്ദേഹത്തെ നാമോർക്കുന്നത് അദ്ദേഹത്തിന്റെ വ്യക്തിഗുണങ്ങളുടെ പേരിലാണ് - അദ്ദേഹത്തിന്റെ ധീരതയുടെ, സ്ഥിരോത്സാഹത്തിന്റെ, വിനയത്തിന്റെ, നർമ്മബോധത്തിന്റെ പേരിൽ; ഒപ്പം, ലോകസമാധാനത്തിനു വേണ്ടി അദ്ദേഹം നൽകിയ സംഭാവനകളുടെ പേരിലും. ഏതെങ്കിലും ദന്തഗോപുരത്തിൽ വാതിലടച്ചിരിക്കേണ്ടവരല്ല ശാസ്ത്രജ്ഞന്മാരെന്ന് അദ്ദേഹം വിശ്വസിച്ചു. ബാഹ്യലോകത്തിൽ അവർക്കൊരു പങ്കു വഹിക്കാനുണ്ട്. തങ്ങളുടെ കണ്ടുപിടുത്തങ്ങളുടെ രാഷ്ട്രീയവും പ്രായോഗികവുമായ ഉത്തരവാദിത്വം അവർ സ്വീകരിക്കേണ്ടതുണ്ട്.

ഐൻസ്റ്റൈനിന്റെ ശവകുടീരം

തന്റെ ശാസ്ത്രീയ നേട്ടങ്ങളുടെ പേരിലെന്നപോലെ, ഐൻസ്റ്റൈൻ രാഷ്ട്രീയപ്രവർത്തനങ്ങളുടെ പേരിലും വിഖ്യാതനാണ്. എങ്കിലും, അദ്ദേഹത്തെ സംബന്ധിച്ച് തന്റെ ശാസ്ത്രീയ ഗവേഷണമാണ് പരമ പ്രധാനം. അദ്ദേഹം പറഞ്ഞതുപോലെ,

"രാഷ്ട്രീയം തൽക്കാലത്തേക്കുള്ളതാണ്; പക്ഷേ, ഒരു സൂത്രവാ ക്യം എന്നെന്നേക്കുമുള്ളതാണ്. ദീർഘമായ ഈ ജീവിതത്തിൽ ഞാൻ ഒരു കാര്യം പഠിച്ചു: യാഥാർത്ഥ്യവുമായ് ഒത്തുനോക്കുമ്പോൾ, നമ്മുടെ സമഗ്രശാസ്ത്രവും പ്രാകൃതമാണ്, ബാലിശമാണ് - എങ്കിലോ, അതാണ് നമുക്കുള്ള അമൂല്യ വസ്തുവും."

         ആപേക്ഷികതയുടെ ആശാൻ

References

1. *Dancing Wu Li Masters:* Gary Zukav, 1991

2. *Einstein: His Life and Universe:* Walter Isaacson, 2007

3. *Einstein: A Hundred Years of Relativity:* Andrew Robinson, 2005

4. *Albert Einstein:* Fiona Macdonald, 1995

www.ingramcontent.com/pod-product-compliance
Lightning Source LLC
LaVergne TN
LVHW091613170726
843492LV00007B/2382